LUÂN HOÁN

HẠ CÁNH CỬA ĐỜI
NGỘ CÁI TÔI

NHÂN ẢNH
2026

HẠ CÁNH CỬA ĐỜI
NGỘ CÁI TÔI

Thơ: Luân Hoán
Tranh bìa trước: Họa sĩ Nguyễn Trọng Khôi
Tranh bìa sau: Họa sĩ Đỗ Duy Ngọc
Trình bày bìa và thơ: Luân Hoán
ISBN: 979-8-2561-5026-6
Nhân Ảnh xuất bản 2026

MỤC LỤC

HẠ CÁNH CỬA ĐỜI NGỘ CÁI TÔI

Tôi thực hiện thành bản chữ để in. Chắc chắn đây là lần sau cùng trong trò đua đòi thơ văn. Tôi không biết sẽ rời đời lúc nào. Nhưng chết già luôn có thể là "bất đắc kỳ tử". Số bài chưa lên sách tập hợp chưa hết nhưng đã quá nhiều và nếu vẫn chưa mãn phần, chắc tôi còn gõ chơi, nhưng sau cuốn này việc in ấn sẽ chấm dứt.

Cuốn "***Hạ Cánh Cửa Đời Ngộ Cái Tôi***" vẫn do em trai tôi, Lê Hân, tiếp tục in, đứng tên nhà xuất bản Nhân Ảnh do tôi thành lập. Hân đang điều hành và đã và đang cho ra nhiều đầu sách của khá đông tác giả khắp nơi, kể cả Việt Nam. Dẫu khá bề bộn công việc, nhưng hy vọng tập thơ và ký sự văn vần này sẽ hoàn tất trong năm 2026.

Nhưng in để làm gì ?

Trước nhất, để tôi cầm ngắm nó, im lặng vui trong lòng.

Sau đó sẽ chưng sớm vào một ô tủ kính chúng tôi vừa mới thuê.

Xin trình bày về ô tủ kính.

Đây là một ô kính, hình chữ nhật, không đo kích thước nên không nêu cụ thể. Nó nằm chung với rất nhiều ô kính khác tương tự nhau. Người bạn đời của tôi đã ký thuê vào hôm Thứ Bảy, ngày 06 tháng 6 năm 2026 vừa qua, trong thời hạn 99 năm, kể từ hôm ký tên. Tổng giá thuê là 10.462 đô la Canada 88 xu. Tiền đầu phải trả trước là $1.594,93, số còn lại thanh toán mỗi tháng $265 trong vòng 5 năm.

Có thể chưng ảnh hoặc những gì mình muốn ngay hôm nay, và thay ra đổi vào được, nhưng mỗi lần mở đóng luôn kèm theo lệ phí, chừng trên trăm năm mươi đồng Gia Nã Đại.

Vợ và các con tôi quyết định thuê Ô kính này dĩ nhiên không phải để vớ vẩn chưng sách, hay linh tinh những gì của mình tôi.

Với tinh thần cổ hủ, tôi bảo tồn quan niệm "sống cái nhà, chết cái mồ" của cổ nhân. Nhưng trong hoàn cảnh tôi bây giờ, chuyện "có mồ" là bất khả thi. Vì thế, giải pháp thuê một ô trong tủ kính nơi nghiêm trang, sáng sủa, sạch sẽ để giữ tro cốt ngay sau khi thiêu (cũng tại đây) là điều thiết thực, cố gắng có thể làm được.

Ô kính chúng tôi thuê mang số 1317 - J, trên lầu 3 của tòa nhà mang tên: L'ESPOIR | LA SPERANZA NICHES trong khuôn viên LE REPOS SAINT FRANCOIS D'ASSISE địa chỉ 6893, rue Sherbrooke Est Montréal, Québec H1N 1C7, điện thoại 514-255.6444 hoặc 1-844-355-6444 -không mất tiền gọi- (nghĩa địa của Người Việt mang quốc tịch Canada cũng nằm chung trong khuôn viên này, nhưng trong phần đất có bia mộ đàng hoàng, bởi số tiền phải bỏ ra cao hơn rất nhiều).

Như vậy, Ô kính 1317 - J
sẽ là nấm mồ của hai vợ chồng chúng tôi
(cùng hai con trai sau này, nếu chúng muốn).

Cuốn sách "***Hạ Cánh Cửa Đời Ngộ Cái Tôi***" chính là bia mộ riêng tôi, sẽ được chưng bên hũ tro cốt tôi sau khi thiêu. Tôi không giàu tình yêu nước và không lãng mạn cùng thiên nhiên, nên không dám vãi rắc phần tro tàn cốt rụi mình lên cỏ hoa như nhiều người đã làm.

Thật ra chuyện giữ tro trong một ô kính cũng hoàn toàn vô nghĩa. May lắm là vớt vát hình ảnh nấm mồ, đủ để tôi tự an ủi. Tôi cùng người vợ hiền khởi đến cùng tôi từ tuổi 17, đã cùng nhau buồn vui suốt một đời dài, dồi dào lận đận cùng giàu hạnh phúc.

Riêng tập thơ. Thật không có gì đáng nói về phương diện văn học nghệ thuật. Trước khi gom chung, tôi dự định sắp xếp theo tinh thần nội dung của bài viết. Nhưng rồi mệt và có phần chán, nên sau bài tạ ơn đấng sinh thành, vài ba bài về ngày ra đời, tôi giản tiện sắp xếp theo ngày đã viết. Nhờ đó, Cái Tôi nằm trong thời Cái Già, lỗ chỗ trình diện nhiều nơi trên mấy trăm trang. Bố cục nội dung có mục lục đi ngược từ 2026 về 2016, nhưng cũng chỉ đến 2021 là tương đối đầy đủ, Từ 2020 đến 2016, mỗi năm chỉ có hơi thở tiêu biểu. Nhưng như vậy đã quá đủ, đã quá tạo cái mệt cho người chăm sóc, in là em tôi. Vô cùng cảm ơn vợ chồng em.

Xin nói thêm:

"Cái tôi" để "ngộ" ở đây là tính nết tôi, thói quen tôi trong sinh hoạt đời thường; một chuỗi ngày dài, phải công nhận là nhàn nhã và... vô tích sự.

Nếu quý bạn có tấm lòng thót tim cùng những dòng viết, tôi tin sẽ thỉnh thoảng gặp thơ trong hồi ký vần văn. Hình ảnh đời riêng tôi bóc trần nhưng chắc chắn dễ nghe, dễ đồng điệu, nhất là khi quý bạn cũng ở vào số năm sống như tôi, bất cứ thời đại nào của xã hội. Điều nhắc thêm: đây không phải là một tuyển tập thơ.

Luân Hoán

7g42 ngày 26 tháng 6 năm 2026
trời mù mù, thỉnh thoảng rơi vài hạt mưa, gió thoảng hương hoa ngay bên cửa nhà, hoa gì không biết tên, nếu đứng gần, đi ngang mùi thơm đậm

ô kính này
số hiệu bên dưới:
08.08.2026 11:58

tầng 3 ngôi nhà này

TẠ ƠN CHA MẸ, NGƯỜI ĐỜI

khối gia tài hạnh phúc
trời phú cho người đời
là lượng, phẩm con cháu
tiếp nối làm con người

thanh xuân đời ba má
có duyên nghiệp gặp nhau
con là một trong những
gái trai liền bước sau

con mừng nhiều anh chị
mỗi người một kiếp đời
kiếp riêng con nhàn nhã
dễ đạt mức tuyệt vời

kính xin lỗi ba má
vì vụng trong cuộc chơi
không giữ vẹn da thịt
khiến hai người ngậm ngùi

bước vào tuổi hâm chín
con đã tàn phế rồi
phế rõ nghĩa là bỏ
nỗi đau dài hụt hơi

nay năm thứ Năm Mươi Sáu
đã làm phế tật rồi
chẳng biết bao lâu nữa
xác vào lửa bốc hơi

ngày, tháng, năm chờ đợi
như giây phút này đây
lòng con không bình thản
khó nói nỗi niềm này

kính tạ ơn ba má
và tình đời bao dung
đùm bọc và che chở
đẹp đến hơi sau cùng

người chết chưa hẳn hết
riêng con chẳng chi còn
dẫu có tâm có mạng
không đọng nổi vệt son

26-6-2026

LÝ LỊCH "TRÍCH DỌC"

định copy khai sinh
nhưng thôi rườm rà quá
dông dài tiểu sử mình
cũng là khai lý lịch

trò chơi này không lạ
sau tháng ba bảy lăm
viết hoài cũng đủ đã
bởi mình thấy mình ngon

sắp in thêm tập chữ
sách nói về Cái Tôi
không thể không lặp lại
tổng quát cuộc làm người

*

gọi đủ họ chữ lót
y là Lê Ngọc Châu
masculin, giống đục
con nhà không được giàu

sinh đầu năm bốn mốt
chết còn chờ, không lâu
giỏi lắm mươi năm nữa
không chừng vào tuần sau

về bộ vó cụ thể:
ốm yếu không ngon gì
đang cao đường, cao máu
cao hứng ẩu nhiều khi

về bộ lòng tri thức:
hời hợt chẳng có chi
món nào cũng xớ rớ
chẳng thành tựu được gì

về gia cảnh tạm ổn:
một vợ và bốn con
một đống nhân tình ảo
một đống chữ như con

về quan hệ xã hội:
hết quốc tịch Việt Nam
lãnh hưu, già xứ tuyết
còn ăn mà hết làm

về xã giao bằng hữu:
có bạn không có bè
phá mồi nhiều hơn uống
cụ thể như vậy nè:

bạn cũ chết gần hết
bạn mới chưa kịp thân
nhưng có lẽ khi chết
cũng gửi lời đưa chân

gia tài sẽ để lại
mục nào cũng số không
làm sao biết tro cốt
bón rừng hay trôi sông

đời người sáu mươi tuổi
(mức lên lão thời xưa)
thời nay tám, chín chục
có khi còn đong đưa

tôi chắc khó được vậy
dù tám-mốt sắp rồi
lái xe, lái bà xã
vẫn êm như mây trôi

lý lịch gọi trích dọc
bởi xuôi xị từ đầu
đến cuối một trục thẳng
đọc, không đọc, giống nhau
5g52 chiều 06-11-2021

Thòng thêm

Sau 21 chưa chết
nửa 26 chưa đi
5 năm qua khá đẹp
mấy năm tới tùy nghi

nhưng nếu còn hít thở
xin được tốt tới cùng
bao lâu nữa cũng được
nhận biết mình đời chung

MỖI NGƯỜI CÓ MỘT NGÀY RIÊNG

mỗi người có một ngày riêng
khó ai tự chọn - tự nhiên ra đời
cá nhân tôi cũng vậy thôi
tùy hứng bụng mẹ cho tôi ra ràng

nhờ bác sĩ Tô Thành Giang (1)
của thị xã ấm Hội An đỡ giùm
tôi ra đời không lụa nhung
chỉ tã vải trắng quấn cùng yêu thương

*

nhập thế tôi chẳng bình thường
theo hương một đóa hoa hường nở ra (2)
"nhất nam hơn thập nữ" và
tôi được chọn mặt thiết tha cùng đời

chuyện xưa như cổ tích rồi
lý lịch lặp lại mong người vui tai
tôi sinh vào một sớm mai
đến với cuộc sống ngắn dài tùy duyên

*

ngày chào đời: mười - tháng giêng (3)
một chín bốn mốt, dương niên đón chào
canh thìn, con rồng âm trao
cho tôi khúc cuối đuôi chao đảo hoài

nam rồng, đẹp hay xấu trai?
trời ban trí lực cùng tài-cán chi?
suốt đời chạy theo nữ nhi
nhưng phò thờ chỉ cu-ki một người

(điều này thật sự tâm vui
dù thua cha, ông bởi trời cắt vây)
thơ thẩn từ đó sa lầy
vào nhan sắc đủ giải khuây hay là

cái chánh thắng được cái tà
cái tà đã biết trổ hoa thay vào
càng nghĩ viết càng hồ đồ
tại tôi sinh trúng vào giờ xấu chăng?

*

bạn Võ Kỳ Điền phán rằng...
Hồ Chí Bửu cũng khăng khăng thế này... (4)
hai lá tử vi còn đây
cảm ơn hai bạn mát tay lót lòng

đường đời có chút long đong
đường tình nhờ dẹp đèo bòng, khá ra
biết mê nhan sắc lá hoa
mê thêm nét đẹp đàn bà, dúng thôi

tạ thần linh cho ra đời
tứ ly, hoàng đạo vẫn chơi tới chừ
biết đâu một ngày vô tư
chiều hay sáng, tối, tôi từ giã tôi

bình tâm hạ cánh cửa đời.

05-10-2019

ghi chú:
1. nhà hộ sinh của bs TTG, sau này dời ra Đà Nẵng
2. sinh đôi cùng chị Hạc, qua đời lúc ấu thơ
3.tuổi âm lịch Canh Thìn thường là năm 1940, nhưng ai sinh vào cuối năm thìn là nằm vào tháng 1 năm 1941. có bạn nào như tôi, còn sống đây đó chăng ?
4. hai bạn văn có nghề chấm tử vi đã chấm.

CÁI TÔI

rườm rà ngoại giới, nội tâm
cái tôi
lương thiện, tà dâm
hai phần

xin khoe
có điệu có vần
rập khuôn thơ thẩn bình dân rằng là:

về hình thức:
có thịt da
(thịt không ngó thấy, riêng da vàng vàng)
thời nhỏ
ăn nắng, giống Chàm
già chừ
ngấm tuyết trổ
lam + vàng + điều

về nội dung:
có mấy chiêu
nhút nhát - lười biếng - dám liều - dám chơi...
tám mươi năm
dài một đời
chưa lờ mờ thấy
tắt hơi sẽ là

cái tôi
là cái chi xa
nhất quyết không phải hồn ma nhát người
ít ra
là khoảnh bầu trời
cả đời đã ngó mây trôi thuộc lòng
cái tôi nương tựa bên trong
8,12 - 25-11-2021

SINH NHẬT

sống trong đời bắt chước đời
mỗi năm bánh nến thắp lời nguyện vui
văn hóa này đến với tôi
sau ngày trưởng nữ mỉm cười qua năm

đời sống dễ chịu dần dần
đến tôi cũng được trầm ngâm mừng mình
và thuộc lòng ngày khai sinh
từng thành viên của gia đình yêu thương

lúc lộng lẫy khi khiêm nhường
nhưng không hề thiếu mùi hương cuộc đời

ngày sinh nhật của một người
là ngày gánh cả năm trời tiếp theo
năm nào tôi cũng thơ treo
cho mình cái sướng trong veo sống nhiều

đề tài lui tới bấy nhiêu
tùy theo tâm sự đời dìu bản thân
mỗi năm...
còn được mấy năm?
nửa muốn lâu,
nửa muốn xong cho rồi

CHONG NGỌN NGẬM NGÙI

ngày đi tới tôi đi lui
khoảng trống cách biệt nhân đôi mỗi giờ
nhìn lui thấp thoáng tuổi thơ
nhìn tới chập choạng lờ mờ tương lai

sống - không còn cho ngày mai
hôm nay - như đã nằm ngoài tầm tay
lặng nhìn mình mất mỗi ngày
những thân quí nhất dần bay khỏi đời

phố làng sông biển núi đồi
nhạt phai dấu tích, nguồn hơi, bóng người
cá chim đang bận sống vui
mặc tôi tiếc nhớ góc đời thanh xuân

dép giày mũ nón áo quần
thờ ơ chẳng hỏi rằng ưng món nào
từ cằn cỗi ở tuổi cao
những chuyện đẹp xấu tào lao hết rồi

công trình sưu tập cả đời
sách báo, phim nhạc, thư người... dẹp luôn
chần chờ bám víu mùi hương
tình thơm em ấm chiếu giường đầy vơi

vừa chong đủ ngọn ngậm ngùi
soi chân nhịp thở đến hơi cuối cùng
thiết tha đời đến lạ lùng
sợ ngậm ngùi tắt lâm chung đến liền

từ trần quá vãng qui tiên...
mỹ từ hết sức vô duyên đang chờ
ở đi chừ luôn bất ngờ
cạn sạch mơ ước tình cờ nên thơ

tháng 10-2016

ĐỌC LẠI MỘT SỐ BÀI TÔI MỪNG TÔI NGÀY THÊM TUỔI

1. TUỔI 76 - NĂM 2017

sinh nhật năm nay tưởng ngon
đúng là... không dở, nhưng còn chưa ưng
tôi như con ký sinh trùng
sống ghiền câu chúc lời mừng thực hư

cuộc đời đâu phải phù du
sống đến phát ớn đã xù cho đâu
than buồn kêu chán rên đau
chỉ là làm nũng phủ đầu cháu con

sống dai càng thấy tâm hồn
thiết tha gắn bó tháng năm hoài hoài
tôi tin tôi không nói sai
nội tâm của đám cổ lai hy đời

sống quá độ tuổi, thảnh thơi?
chắc gì, xin lấy chính tôi làm bằng
lo ngủ được, lo kiêng ăn
đủ thở lạng quạng giảm tăng bất thường

sinh nhật năm nay dễ thương
không hoa rượu bánh không luôn nhà hàng
vòng tay con ôm: bạc ngàn
cháu hôn lên má là vàng y cây

tiếng nội ngoại mát mặt mày
thêm tình vợ lót lưng đầy giấc hoa
già kiểu mình thật đáng già
hơn hẳn thời dã tà tà thanh xuân
2.33 PM- 10.01.2017

2. TUỔI 77 - NĂM 2018

khởi đầu là thi sĩ.
mươi năm sau: nhà thơ
bây chừ giàu tuyệt kỹ
ta thăng lên thợ thơ

thợ mộc làm đồ gỗ
thợ nề xây dựng nhà
thợ thơ giống thơ đụng
linh tinh chuyện kinh qua

tay ngang không chọn tuổi
nên ta trẻ ta già
đều lạng quạng chơi đủ
ngón nghề của chánh tà

hai vế Ngụy - Quân Tử
ta có được một phần
không chánh nhân Quân Tử
ta Ngụy có văn bằng

cả đời dài dòm ngó
người đời kể đã nhiều
chừ lên tuổi bảy bảy
soi mói ta xíu xiu:

căn bản mặt tình cảm
bảy, tám tuổi biết yêu ?
không đâu, thoáng nhớ nhớ
vài đứa mặt diễm kiều

không ảnh hưởng sách vở
chi phối đàn chó đồng
mười hai tuổi đã thử
chơi trò hoang vợ chồng

dâm thì không dâm mấy
nhưng rất thường động tâm
thỉnh thoảng kèm động thủ
trí tuệ thẳng thành cong

chỉ cần soi chừng ấy
ta đây hiện hình rồi
giàu tuổi nhưng chưa lão
vẫn nguyên tính ham vui
10.01.2018 lúc7g11 sáng

3. TUỔI 78 - NĂM 2019

chân chạm đất, định chơi liền
mấy câu sáu tám vô duyên xuất thần
nhưng chợt nhớ trận "banh-lông" (1)
vội súc miệng rửa mặt hồng hào ra

mới dậy mắt tốt như là
đèn soi trong những quán cà phê xanh
mấy ngày qua đã hoàn thành
ba bốn bài tụng ngày sanh mình rồi

sáng nay đúng ngày ra đời
viết thêm như thể đẻ rơi ít dòng
một con mắt ngó banh-lông
một con mắt ngó chữ thong thả chào

một ngày thật đẹp bước vào
đời thằng bảy-tám mê sao chân dài
nói vậy là cố ý sai
bởi chân ngắn chịu nằm dài vẫn sang

chọc cười bạn, dẫu hồng nhan
rủa thầm: kề cổ áo quan vẫn là...
vẫn là chi? nghĩ chưa ra
hẹn chút nữa dán bài hôm qua bù

có tiếng động ngoài chỗ ngồi
vén màn ngó thấy bầu trời xanh mây
mừng sinh nhật tôi, trời bày
một khuôn mặt đẹp, vỗ tay tạ ngài

7.29 sáng 10-01-2019
(1) Thailand vs Bahrain

4. TUỔI 79 - NĂM 2020

hôm qua sinh nhật, chợt buồn
sáng nay trở lại bình thường tươi vui
đánh răng soi gương mỉm cười
mặt mày bợm trợn như thời bốn lăm

nếu nhìn ai gây hiểu lầm
ta nghinh ta thách đố ngầm điều chi
nói gọn khuôn mặt rất chì
"nhỏ con có võ" hay lì đòn đau

hiện tại tổng quát rất ngầu
phảng phất du đãng á châu ao làng
trong lòng ta vẫn tiềm tàng
những dòng sinh động pha hoang dã tình

thả bộ vừa xem truyện hình
đá banh đá bóng linh tinh cuối tuần
còn y các cái trong quần
chìa khóa kho báu lẫy lừng thế gian

nhất ta rồi, vẫn lạc quan

bảy mươi chín tuổi dư hoang dã tình...
7,06 AM – 11-01-2020

5. TUỔI 80 - NĂM 2021

chặng đời khởi tuổi 80
hy vọng tiếp tục vui tươi bởi nhờ
bốn phương thương nâng gót thơ
tôi ăn theo quyết nhởn nhơ tới cùng

đích cuối là phút lâm chung
không viết cũng ký ung dung tên mình
dù không nổi đám nổi đình
ít ra cũng dạng lình bình bèo trôi

hoặc như phân, chó đang ngồi
đăm đăm mắt dõi chờ nơi cao bờ
mọi vật cũng đều bá vơ
rồi ra tan rã chìm vào hư không

nói nhiều cốt để thật lòng
cảm ơn những chỗ dựa thơm hoa tình
tôi có những thú linh tinh
muốn lên danh sách đệ trình tứ tung

*

xin lỗi anh chị bao dung
thêm lần nữa nhé, ấm lưng đường dài
ngày mai cũng là tương lai
tôi tính từng bữa sống vừa sức tôi

dù chưa bỏ tính ham chơi
nhưng vui là chính tiện hơi làm gì
mong mọi người cùng cười khì
thượng vàng hạ cám du di sẵn lòng
dông dài gọn lại "cảm ơn"!
11-01-2021

MƯƠI CÂU KHỞI ĐẦU MỘT THẬP KỶ KHÔNG DÁM ĐỢI

chín ngày chờ đợi tám mươi
nôn nao lo sợ buồn vui từng giờ
đã dại một lần phất phơ
chậm di chuyển gót bất ngờ hụt chân (1)

tự nhiên phế bỏ võ công
tiếc, ân hận đã viễn vông thay đời
chín đêm đè mị lôi thôi
tăng an thần thuốc giấc trôi khá đằm

*

đêm rồi kể như đã xong
trở lại liều cũ liền nằm vẩn vơ
không còn dại ngẫm nghĩ thơ
vẫn sao sao ấy đù đờ cách chi

không muốn nhưng quá lạ kỳ
cái tay cứ gõ chi chi không hà
tối nay nhất định bỏ qua
thôi theo dõi, thả giấc già tự do

*

"không thúng úp nghèo" trời cho
lấy chi đậy được trời cho tuổi già?
tám mươi muốn trẻ chỉ là
phỉnh đứa con nít lên ba cũng cười

soi gương, tôi nhớ bạn tôi
những người đồng tuổi trẻ tươi hơn nhiều
định lập danh sách bao nhiêu
sợ phiền lòng bạn, chẳng liều làm chi

*

chuyện già nói mãi chừng ni
bài sau nhất định quên đi tuổi vàng
sẽ viết cái gì hoang hoang
để bớt mặc cảm nát tan hương đời

níu kéo đôi chút dư hơi
không mong thơ trở lại thời thanh xuân
chỉ mong mình mặc áo quần
còn biết diện chút ngập ngừng trước hoa...
11-01-2021

SINH HOẠT THƯỜNG NGÀY CÕNG THEO TÂM TÌNH, TÍNH NẾT CÙNG THỜI SỰ

TỪ 2026 LUI VỀ ĐẾN 2017,

MỘT SỐ ÍT BÀI CHƯA VÀO TRANG NHỮNG THI PHẨM ĐÃ PHÁT HÀNH

02-02 MỪNG SINH NHẬT EM TRAI

gởi Lê Hân

hôm nay sinh nhật em trai
nhớ hình như vậy, đúng sai cần gì
mừng tuổi em đâu mất chi
mươi câu thơ, đuôi bút chì thả ra

từng chữ rớt xuống tà tà
không mưa không tuyết chỉ là yêu thương
anh em ruột thịt hai phương
ở nhờ hai nước vẫn thường nhắn nhau

chuyện ta ngã, chuyện ta đau
em lo trợ giúp cũng rầu hẳn nhiên
"quyền huynh thế phụ" vô duyên
đạo đức phong kiến ngã nghiêng hết rồi

đang chung tay một trò chơi
cũng như xưa, ta chợt lười dần ra
mình em chăm chỉ giữ hoa
cho đủ hương sắc người ta mong mình

mỗi ngày có một bình minh
có hay không nắng vẫn lung linh trời
niềm vui của mỗi một người
khác, giống vẫn chuyện biết vui là cần

ta lớn hơn em nhiều năm
thua em nhiều thứ phong trần trải qua
em trưởng thành xứ người ta
thua ta hưởng thú... rất là quê hương

mơ hồ tán láo dễ thường
là cách thơ thẩn đi đường của thơ
hai thằng cùng biết làm thơ
như thân phụ đã viễn mơ một thời

viết ra là cách trồng hơi
thay những lời nói yêu đời chúc em
sinh nhật nghĩa là có thêm
một năm sống tiếp êm đềm thế gian

em nhớ nhé, giữ đàng hoàng
trái tim lá phổi nồng nàn thanh xuân
đốt nến lên ngó tứ tung
bốn bên rồi thổi, khói mừng tuổi em

có cô vợ xinh kề bên
là có tất cả nhớ quên tháng ngày
nhớ vui, thật vui hôm nay
một ngày mẹ đẻ vàng này cho cha

2026

BÀI NĂM CHỮ ĐẦU NGÀY

trẻ, trung niên thơ thẩn
chừ cao tuổi thẩn thơ
vẫn được vợ chăm sóc
giữ tiếp vui đùa đời

nhìn chung cả đời vậy
sinh hoạt thường một mình
lững thững tìm tới bến
bến chi? còn vô minh

vô minh là không biết
giản dị có vậy thôi
chữ nghĩa có mùi triết
bụng dạ rỗng như trời

*

tám-mươi-lăm tuổi cộng
hâm-mươi-hai ngày rồi
ta đang tính từng bữa
sắp xếp cho cuộc chơi:

- thơ, mỗi ngày nhẹ nhõm
ít nhất là bốn câu
giúp cho thơm hơi thở
giữ tỉnh táo cái đầu

giữa cả mớ thời sự
á, âu, nước nuôi mình
làm ngơ mấy, thỉnh thoảng
cũng ló chút lôi đình

nhớ xưa Lê Vĩnh Thọ
khuyên sống vì tò mò
nhìn quê hương cho biết
thân phận người giãn co

tò mò là cái bệnh
thành cái thú bất ngờ
tháng hai qua hai bữa
câu nói khác chi thơ

- sau thơ, là Facebook
cùng Youtube đi liền
nhờ AI phổ nhạc
(một cách đọc có duyên)

thỉnh thoảng cần đi bộ
cần nhún xuống nhún lên
đây là cách tiếp sức
cho mấy trò kể trên

*

bạn nam chết gần hết
quen muộn được mấy thằng
dần nới xa khoảng cách
như kiểu giữ thăng bằng

bạn nữ còn vài đứa
chỉ đoán chừng vậy thôi
vẫn hương ngát con gái
vốn xinh đẹp muôn đời

thôi tạm ngừng, soạn thuốc
uống cho ngày hôm nay
hoàn là thuốc trị bệnh
giữ mình sống từng ngày
2-2-2026

CHIỀU CUỐI NĂM ÂM

Hâm-chín tháng Chạp cuối năm
tháng thiếu, ngày đủ, (không hâm-lăm giờ)
tục xưa lệ cũ hồi nào
theo chân, ăn ở bám vào chúng tôi

ngày cuối mình em chịu chơi
dọn lối vào cửa sạch ngời hẳn ra
chổi xẻng mang vào ga-ra
xịt nước tan tuyết thoáng da thịt đường

ông bà cha mẹ thân thương
hồn về theo khói mùi hương dẫn vào
bạn quen, vốn chẳng năm nào
dám đến đạp đất, sợ tào lao nha

láng giềng hàng xóm sát nhà
nhà ai nấy ở chẳng qua bao giờ
có chuyện chỉ đứng sát rào
hay ngoài cửa chính đổi trao xong liền

hơn hai mươi năm có duyên
cùng nhau chung xóm đều hiền như nhau
nhiều nguồn cội, đủ sắc màu
đã chung quốc tịch, á âu đề huề

tôi treo lý lịch chỉnh tề
quốc kỳ, tượng Phật, không hề cho vui
thông tin rộng cùng mọi người
dây mơ rễ má gốc tôi đàng hoàng

đất tốt đời sống bình an
nhìn chung hàng xóm như họ hàng xa
"hello" cùng với "Ça va"
"pardon" dễ bẻ lái qua "thank" liền

ngồi nhìn thao tác vợ hiền
muốn ra giúp, ngặt bài biên nửa chừng
thôi chờ tối đến xoa lưng
sáng mai mùng một đi chung đến chùa

2026

VỚI 8 ĐIỀU, MỘT Y SĨ DẶN

chiều qua ngồi nghe ông Y sĩ
khuyên 8 điều cần sau 80
trời sắp cho tôi thêm 5 tuổi
thú vị nghe, vui lẫn bùi ngùi

8 điều ấy quả không xa lạ:
- đang ngồi "đứng lên" thật nhẹ nhàng
không tì vịn đương nhiên không chống
bất kỳ đâu nơi ghế hoặc bàn

tôi làm thử, đứng lên mươi cái
liên tiếp nhau mà mượt thong dong
(chữ vừa dùng hoa hoè kiểu cách
nhưng nghĩa chung là dễ như không)

- điều thứ hai "đi nhanh" không mệt
không hụt hơi, thở khó khăn gì
tôi là lính bộ binh thuở trước
chừ mỗi ngày bước trên "bàn đi"

một chân rưỡi cộng thêm khúc giả
đi khó nhanh nhưng không tà tà
đo tốc độ: mồ hôi ướt đẫm
khá nhiêu nơi trên những vùng da

- điều thứ ba: "mười giây thử đứng
với một chân" không trục trặc chi
tuổi tám lăm đi chưa chống gậy
tôi thử điều này chẳng khó tí ti

- thứ tư "ngồi sàn nhà rồi đứng"
tôi ít làm, chân giả khó co
dù không thử, tôi đây tự biết
mất một phần xương thịt trời cho

- điều thứ năm "một tay xách giỏ"
không lá bài hiển thánh trời ban
tôi không xách giỏ đi ra chợ
gói sách to, "caisse nước" dễ dàng

- điều thứ sáu "bước lên thang gác"
nhà 2 tầng (kể cả sous-sol)
ngay cửa vào cũng chơi sáu bậc
xuống lên luôn vịn vào trí khôn

đã kinh nghiệm lơ là vấp ngã
không dại chi thả bước tự nhiên
khớp đầu gối hẳn chưa khô mở
xuống cùng lên an toàn bình yên

- điều thứ bảy luyện về trí "nhớ"
dẫu già đời vẫn nhớ nọ, kia
nhớ mặt trận nhớ luôn bò lạc
chuyện màu mè thơ thẩn râu ria

- điều thứ tám "sáng vừa thức dậy
tỉnh táo đàng hoàng không lơ mơ"
tôi, bạn biết hầu như mỗi bữa
giờ giấc này linh hiển của thơ

dù ngủ ít ngủ nhiều nhờ thuốc
nhờ trời cho lòng trí còn ngon
gõ tự sự luôn luôn thườn thượt
đến lúc thiêu, xác vĩnh biệt hồn

*

tám điều khuyên của ông Y sĩ
hữu ích nhưng cần thận trọng thêm
bởi sự chết đi cùng xui rủi
đến thình lình vì luôn kề bên

nếu đứng dậy luôn luôn không vịn
nếu lên lầu thuộc bước ro ro
vẫn có thể một ngày nào đó
tuổi già ta nằm thẳng vào lò

sống với chết giảm phần quan trọng
sống thế nào mới đáng nói chơi
cá nhân tôi đang nhiều rắc rối
dùng vần về như thể cầm hơi

bài này gõ văn xuôi sáng ý
nhưng vốn lười chơi đỡ vần văn
ông Y sĩ cho tôi cảm tạ
bỏ lỗi dùm tôi rỗi lăng nhăng

3-01-2026

LIÊN TƯỞNG

ta thương cháu mẹ cha chia bước
nhà ba người vắng một vẫn ba
người lạ đến cháu chưa quen mắt
gắng vô tư cùng ở chung nhà

mỗi cuối tuần hay hai tuần một dịp
cháu hân hoan được gọi "- papa"
rồi hơi ấm thâm tình lạc tiếp
cháu biết buồn chưa biết thở ra

ta mục kích tình cờ sinh hoạt
từ đến trường, đổ rác... linh tinh
nhiều việc lắm dẫu là lặt vặt
dẫn thú cưng lội tuyết một mình

cháu nhanh nhẹn tự tin ta cảm nhận
và vu vơ buồn, nghĩ nhớ cháu mình
chẳng biết viết ra sao niềm tâm sự
cháu giúp ta hình dung bóng hình

vài lần thấy cháu cùng ba bịn rịn
hay bà nội ôm, ta nhói lòng ngồi im
tình con người chợt như dòng điện
dù mỗi người riêng một trái tim

ngày cháu dọn nhà biệt ly khu phố
ta chợt vụng tay đánh rớt chiếc ly
ly không nước thủy tinh tan vỡ
mắt lờ mờ lóe ngộ điều chi

tự an ủi phận người riêng số
chúc cháu vui điềm đạm mỗi ngày
và hãy lớn khôn mau hơn nỗi sợ
á khác âu, đâu khác nỗi đắng cay

6-3-2026

THỨC CÁI BUỒN NGỦ CÁI... GIƯỜNG

Xóa ranh giới ngày đêm
thức ngủ tùy mệt, khỏe
bất kể là lúc nào
miễn lim dim buồn ngủ

nửa đêm thấy khỏe người
qua bàn viết một chặp
xế chiều người lừ đừ
lên giường kéo chăn đắp

*

ta sống cần cái giường
chết đi mơ cái mộ
(điều này đã vô phương
chờ đốt, tro nhốt hủ)

biết thế nên bây chừ
chỗ nằm gắng cải thiện
như quan tài, án thư
riêng biệt và thuận tiện

*

ta ngộ ma từ nhỏ
và nhiều lần trong đời
mục kích nhiều kiểu chết
nên nhát gan quá trời

chừ lo tập nằm riêng
cho linh hồn thích ứng
và không phải làm phiền
vợ hiền lây mất ngủ

*

đầu giường ta nằm riêng
chưng tượng ngài Quan Thánh
(dẫu ngài người Trung Hoa
nhưng ta quen tôn kính)

chưng luôn ảnh mẹ cha
như mãi ghi bút hiệu
đời vui chơi của ta
tận đến hồi kết thúc

*

nhắm mắt là chiêm bao
mở mắt mị còn đó
ta luôn gặp người xa-
cuộc-đời từ lâu lắm

ai cũng khuôn mặt hiền
không hề làm ta sợ
ta hiểu sắp gắn liền
đời câm lặng với họ

*

Ơi cái giường mới mua
chưa hơi người ra nệm
vóc dáng như quan tài
ta thật vừa lòng lắm

bốn lần liền giữa khuya
nằm thiền như giả chết
hồn sáng chừng hơn trăng
đoán năm nay chưa hết

*

định sáng mai lái xe
lần quần dạo trở lại
giữ tốt tính lè phè
nhưng rồi lại lười biếng

09-4-2026

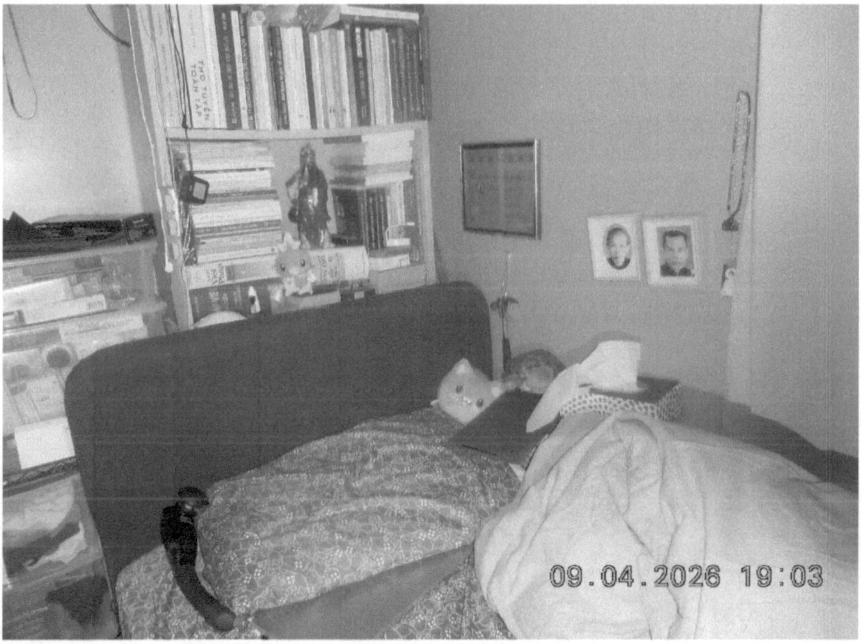

VÀO HÀNG! PHẮC!

không cần giỏi hơn ai chi cho mệt
chỉ cần hơn mình chút ít mỗi năm
nếu năm ngoái lau nhà, rửa xe, hút bụi
thì năm nay rửa chén, dọn chỗ nằm

đừng coi thường việc thay ra, chăn, nệm
gấp cái mền cũng chẳng dễ dàng đâu
nhiều động tác cũng gần như chùi súng
cùng thông nòng, đường khương-tuyến phải lau

chuyện quân trường đã trôi qua lâu lắc
nhưng nhớ dai vì mạng sống chính mình
tôi mọi thứ, thường học như tài tử
là học chơi chơi nhưng áp dụng thông minh

sống đời khó không hẳn vì nghèo khó
tuyệt đối đừng học keo kiệt ki bo
xài đồ tốt, ăn ngon là thượng sách
phải chi dùng hào phóng thứ trời cho

của cải ấy, thứ ngàn vàng: nhân cách
thương nhiều hơn yêu chút xíu, rạch ròi
máu rất quí, không quá hơn nước mắt
cần hiểu mình hơn bất cứ một ai

tôi viết nhảm mỗi ngày nhưng vẫn viết
như hít vào bắt buộc phải thở ra
hơi phổi miệng chính mình còn nghe thối
một đôi khi tự ngửi rõ ấy mà

trong thanh tịnh sớm mai vừa gõ bậy
vừa nhìn qua màn ảnh, thấy bên ngoài

trắng trời tuyết nhớ thời còn cào xúc
biết: ngại và lười cùng ỷ lại con trai

không "sifflet" quân trường, cờ vẫn kéo
chào qua loa nhưng mừng vẫn còn chào
dấu chính nghĩa một đời từng chiến đấu
đồng đội còn, ôi ai nỡ xụi lơ

- vào hàng! Phắc! bè bạn ơi tám bó
con số to chẳng nói được chi chi
nhưng tôi biết và cũng là đoan chắc
ngay sau lưng nó sống những gì gì
25-2-2026

MỪNG QUỐC KHÁNH QUÉBEC 2026

được làm dân Québec
của xứ Canada
là mang niềm hãnh diện
hạnh phúc đời nở hoa

hôm nay ngày quốc khánh
Tỉnh bang như Quốc Gia
với ngút ngàn lãnh thổ
tình người rộng bao la

mươi hàng ngợi ca vội
người nhập tịch làm dân
bạn cười sự nịnh hót
tôi kính quí tỏ lòng

*

bốn mốt năm cư trú
hít thở cõi đất trời
thấm nhuần nắng tuyết gió
vững chãi đời làm người

con người nghĩa đích thực
tự do trong ấm no
nhân quyền trong bình đẳng
góp hơi sức nâng cờ

khiêm nhường sự hiểu biết
không dám được đề cao
ba hoa sự diễn tiến
lập quốc như thế nào

nhưng không thể quên nhắc
đôi điểm của sườn nhà
ôm đất nước rộng lớn
nghĩa dân tình ôn hòa

khởi từ nhà thám hiểm
Samuel de Champlain
phố Québec được lập
tân thuộc điạ Pháp thành tên

qua bảy năm chinh chiến
đất thành thuộc địa Anh
đến bước ngoặc quan trọng
văn hóa Pháp trưởng thành

thời Canada hạ
thời Canada đông
chính trị và hành chánh
như bão tuyết bềnh bồng

cuối cùng cũng ổn định
đông Ontario
hạ là Québec
liền đất trời ngọt ngào

năm Một Tám Sáu Bảy
an bình đến bây giờ
giàu thêm nhiều sắc tộc
chung tay vươn cao cờ

tôi từ xứ Châu Á
da vàng thoát chiến tranh
được nhập tịch sống tốt
vui ké nhìn cờ xanh

ngày gần cuối tháng sáu
ngó nắng vàng phơi lòng
gắng giấu đi nỗi thẹn
nặng nửa đời công dân

bạn chê cười rât đúng
tôi hân hoan không sai
cùng làm người bạn nhé
thở hít có ngắn dài

năm hai ngàn hâm sáu
chúng ta cùng đang qua
lễ đầu hai quốc khánh
Québec Canada

bạn mừng uống chút rượu
tôi vui vẽ chữ tâm
nhờ âm nhạc đời mới
để thở vào mênh mông

viết vội đầu ngày 24-6-2026

TRẮC ẨN BÂNG QUƠ

không cựu chiến binh mà phế binh thứ thiệt
sau hơn ba lần chiến thương bội tinh
cộng số tuổi, đời cho "xưa nay hiếm"
nghĩa là khá lì mọi chuyện linh tinh

ấy mà lạ, ta vô duyên nhiều lúc
như hôm qua chiều cùng tối bùi ngùi
ngồi nhìn cảnh người dọn đi lặng lẽ
hạt sương chừng lấp ló thòng đuôi

nhà cách nhà mấy năm nhìn ngó
chưa bao giờ chạm mặt chào nhau
tình hàng xóm dửng dưng mà tương kính
người quí người căn bản in sâu

sau hôm nay thú cưng người không dắt
qua ngang nhà như năm tháng lâu nay
ta vẫn ngó dọc theo đường bầu dục
nhà liền nhà nằm an bình nắm tay

sẽ mãi mãi vắng bé thơ tiểu học
đến trường cùng giờ với hai cháu ta
chỉ chừng nấy cũng đã là mất mát
rất đỗi vu vơ cũng rất bao la

người cảnh vật với ta đều thơ cả
hụt chút gì lòng tiếc tiếc bâng khuâng
ta thì vẫn ngồi đây, nơi bàn viết
tùy hứng tay chơi văn xuôi văn vần

dù lạt lẽo ơ thờ ta quí chúc
ngôi nhà người sắp ở sẽ đẹp hơn
luôn đúng với danh xưng là tổ ấm
bên thú cưng và cháu tuổi măng non

28-2-2026

DỰA VÀO THIÊN NHIÊN

nắng không vàng màu lụa
nắng vàng như bia pha
với khá nhiều nước đá
ngà ngà màu nước da

thật tình cũng chưa đúng
thực tại nắng sáng nay
trắng trắng trải gió ửng
bát ngát không gian đầy

tôi không học hội họa
nhận màu từ thiên nhiên
tùy tiện lẫn tùy hứng
hồ đồ một cách riêng

*

nhìn con trai trau chuốt
phương tiện chạy kiếm ăn
(ít năm lại đổi mới
người bạn đường phăng phăng)

nhìn luôn qua vồng đất
những năm trước đầy hoa
hạ này nhú bốn búp
sóc ăn một còn ba

ba búp hoa tím sẫm
không bắt mắt chút nào
được cái sống khá thọ
gần tuần rồi chưa sao

bên hoa là ống gạo
hạ xuống từ mái hiên
(hạn chế bắt ghế đứng
lỡ gió xô ngã nghiêng)

ống gạo treo khá thấp
chim sẻ ngại ít về
có lẽ nâng lên chút
nghĩ, thực hành chỉnh tề

*

trò chơi mình đã cạn
chim cá không còn nuôi
bạn bè đều giàu tuổi
chẳng còn ai tới lui

bạn trời còn lũ sóc,
và con chồn trắng đen
sóc thường hay nghịch phá
chồn sau nhà ở quen

ngày đêm dài cùng trống
rỗng như lòng cô đơn
sách báo không chêm kín
lòng mắt hơi chập chờn

ngẫm sức mình còn sống
bảy tám tháng, vài năm
chắc nên mời hoàng yến
trở lại, treo đầu nằm

tuổi già nói sự thật
người quen chê thở than
không than chẳng lẽ học
cụ Trần Văn Hương làm?

không thưa cũng không rậm
cước trắng cùng chỉ đen
nối dây câu sự nghiệp
không chừng sáng thêm chăng?
30-5-2026

GIỖ CHA NĂM NAY, 2026

sáng tối chồng chất nhau
liên tiếp nhanh như chớp
con qua nhiều trận đau
lừ đừ vẫn chưa chết

và đến ngày hôm nay
giỗ cha lần bốn-bảy
con còn đứng nơi đây
đốt cây nhang nhìn khói

vậy là con đạt rồi
tuổi tám tư như nội
như ba, tiếp ba đời
xưa nay chắc khá hiếm

và có thể biết đâu
sang năm con còn vái
trước di ảnh ba cười
con nghe ra tiếng nói

*

sinh thời đôi lần la
nhưng chưa hề roi vọt
cả cú hay bạt tai
cũng chưa từng có nốt

ba cưng không riêng con
anh chị em đều vậy
phần má lo chuyện này
lạ đời như thế đấy

bài này bài thứ hai
thay bài viết lẩm cẩm
triết lý dỏm bi quan
bào mòn hết tình cảm

lễ cúng vợ con lo
không cháu con giúp sức
vẫn tươm tất đàng hoàng
cả chủ lễ van vái

con vừa thắp lại nhang
hồi đúng bốn giờ sáng
hẹn ba sang năm sau
chân tình nhàm mà thật

*

mô Phật con hắt hơi
bóng đêm còn dày đặc
chưa thể nhìn thấy trời
lòng con gần như đất

ấm quá đôi mắt cha
dù chỉ qua di ảnh
không ở cõi nào xa
ba má trong da thịt...

6h29AM, 05-4-2026

VÀO NGÀY ĐẦU THÁNG 12-2025

qua nổi tháng 12
cộng thêm 10 ngày nữa
đủ để phá tử vi
có chăng ta rộng cửa?

ngồi nghe cơ thể mình
nhiều khi gật gù được
lắm lúc thầm lắc đầu
vài ngày cũng khó bước!

*

ủa sao chuyện ruồi bu
quan trọng hóa đến vậy
chưa thích mãn hạn tù
hay đời còn đẹp đấy?

nhủ lòng kệ mẹ đi
lại bày đặt vần điệu
đâu còn thấy khác gì
mỗi ngày chờ hết bữa

ta dẫu đụng 85
việc làm cũng vô bổ
giả dụ đụng số 100
giàu thêm mấy bố láo?

BÊN TỜ LỊCH THÁNG CUỐI NĂM

Qua tờ lịch này sẽ ngộ tuổi 85
dù còn thiếu đúng y 10 bữa
từ hôm nay lê la qua cửa
thấy dễ òm nhưng chắc khó chơi

mấy tháng nay thở hít tuyệt vời
trừ mấy ngày rề rề tiêm covid
chích cảm cúm đã như trò trẻ nít
thịt da quen khí huyết cũng quen

vui thêm điều đã hạn chế kiêng ăn
sáng bánh ngọt tối hột sen đường trắng
đường tám chấm tự nhiên còn sáu chấm
thịt heo quay tôm trở lại cầm chừng

khi dễ ngươi người dễ bị sờ lưng
ta có khác như ai xưa không nhỉ
sống hay chết hẳn cũng không mộ chí
nhưng Chùa Cầu vía đã tựa từ lâu

chẳng cần chi nhớ đất ấy ở đâu
tám-lăm tuổi chưa mù mờ quên nhớ
mời chờ xem sao, cách ta sẽ thở
thêm những trò gì có đủ vui chơi

gần nửa năm nay vẫn tiếp tục yêu đời
quì hay đứng vẫn lai rai Youtube
cùng lấp ló nơi chòi Facebook
chào người quen dù hơi dị dị rồi...

*

sáng trống lòng thở vội mấy hơi
đọc lấy vui đừng kiếm thơ chi tội
đời như lạch và ta còn đang lội
yêu còn nguyên và thương cũng còn y

nhưng mệt rồi không dám hứa trước chi
ngoài xin chúc những điều thuận tai nhất

4h45 01-12-2025

TỔNG QUAN 5 NĂM ĐẦU LƯU XỨ

5 năm kể cũng hơi nhiều
đầu đời lưu lạc sớm chiều lu bu
xứ này dùng cả tiền xu
nên nhiều tuần xách lồng cu đi mồi

đất người cấm bắt chim trời
úp am tưởng dễ như chơi, may mà
cô em tôi vốn con nhà
hai ngày đã quyết xông pha cứu bồ

dẫu chôn dưới nửa nấm mồ
sous sol gắng nặn ra thơ lót lòng
miếng ăn này chẳng mấy ngon
tùy thời tùy cả cái còn niềm tin

người quen kẻ lạ cho in
mớ thơ cũ mới, trái tim cả mà
86 được cho ra
Hơi Thở Việt Nam (từ nhà viết chui)

*

bài đầu viết ở xứ người
"... Ly Rượu Cho Lý" làm vui chính mình
nịnh vợ (ai cũng đinh ninh)
nhưng không, thưa thiệt: giúp mình nhiều hơn

và rồi tôi cũng lơn tơn
một ngày 8 tiếng vuông tròn cu li
làm gì cũng đẹp tức thì
mua xe trả góp có gì khó đâu

in thêm vài quyển gối đầu
vào năm 89, ngay sau "điên" cùng
rồi đi tứ tán lung tung
"mả qui" cho biết anh-hùng rút quân

(không cởi áo chẳng lột quần
chỉ vứt chữ tín ung dung bất ngờ)
nói cho ngay, tôi cũng nhờ
họ cuốn cờ, tôi phất phơ xứ người

*

5 năm, túm lại: đầu đời
lưu lạc không hẳn thiếu vui, quá buồn
"đất lành" là chỉ nói suông
"người lành" ấm áp tình thương mới là

chim bay có chỗ đậu nha
người mất đất, cũng mua nhà được thôi
nếu không hạn chế, "trồng người"
chúng tôi dư sức... vốn đời hân hoan

5 năm đầu đã sang trang
không voi để xuống, "chó vàng" đâu lên?
tôi gần như chưa biết quên
tạ ơn bệnh tật luôn bên cạnh mình

cũng nhờ không có thông minh
giữ tôi sống trọn cuộc bình dân tôi
thân thể khi đã khác người
tôi ngờ tính cũng lạ đời hơn ai

tám-bốn năm chưa đủ dài
tôi xin gia hạn, từ ai bây giờ?
cửa đầu có lẽ cũng thơ
cửa tiếp quỉ sứ đón chờ tôi qua!

quyết cai dần tính tà tà
cưới thêm ít "chị" vài "bà" dễ thương
(chị-ăn-ngon, bà-không-buồn)
dù cho trời sập cũng luôn vần vè

bước đi tuy có so le
nhưng không chống gậy để khoe mình già
tôi không trẻ, hiện rõ mà
ngẫu nhiên bất động cũng là tự nhiên
02-6-2025

NHẬN LỆNH ĐẠI BÀNG

chao ôi bực rực quá chừng
thần kinh não bộ không ngừng lệnh sai
từ trên chuyển xuống tượng đài
khẩn cấp điều động quân bài trí ngay

toàn cơ thể, nhất chân tay
thi hành khẩn cấp chuyện này chuyện kia
cho dù tảng sáng giữa khuya
điểm quân trường đoản phân chia tức thì

bị động chủ động cùng đi
nhịp nhàng đồng bộ cấp kỳ động binh
những lệnh hành quân thình lình
thường có cái thú trở mình ngẫu nhiên

nhiều lúc tưởng dễ nổi điên
nhưng liền ngay đó tự nhiên thực hành
cái trò của cuộc chiến tranh
từ nóng đến lạnh chuyển thành lên lon

sảng hồn nhưng không hết hồn
thú chơi súng ống hóa còn lâng lâng
ngỡ như ngu tưởng như đần
thật nhờ tác chiến bản thân ngon lành

04-5-2025

PHẬT KINH CHUÔNG MÕ TẠI GIA

Khi buồn chán tôi nghe kinh ngắm Phật
nhìn ánh đèn ngũ sắc sáng lung linh
kinh một câu "Nam mô..." bình bình
vang từ máy phát âm nho nhỏ

hòa nhè nhẹ cùng chuông ngân nhịp mõ
như bàn tay hơi thở vuốt ve
tưởng chừng như thấy gì đó khi nghe
xa vời vợi nhưng thân tình ấm áp

kinh người thở miên man tràn âm nhạc
hồn tôi theo lưng lững hun hút xa
không thấy mây, trời bát ngát bao la
ngỡ như rớt hoài hoài không chạm đáy

Phật trầm mặc uy nghi bao đời vẫn vậy
tôi tha hồ nhìn ngắm dung quang
lòng bỗng nhiên tịch mịch bình an
bao buồn chán hòa tan cùng không khí

không dũng mãnh cũng mất đi ủy mị
không tươi vui rạng rỡ chẳng u buồn
nhưng chừng như vẫn có vết thương
nằm câm nín chờ thời cơ bộc phát

một ngọn khói từ tay tôi hiu hắt
mới bắt đầu thẳng đứng vươn cao
mắt cay cay lòng êm ái ngọt ngào
kinh chuông mõ vẫn dìu theo hồn vía...

05 tháng 9-2025

ĐỪNG BẬN TÂM NỘI DUNG GÕ CHO NGÀY CÓ SỐNG

lục bát cùng ngũ ngôn
hơi hướm vè khá ngọt
tôi thích hai thể này
dễ dài dòng tung hót

định chuyển Nhục Bồ Đoàn
cùng với Tây Du Ký
sang lục bát, ngũ ngôn
bệnh lười khá bất trị

tự hứa khi in xong
"Cảm Nhận..." từ bằng hữu
đọc lại và xuôi dòng
Nhục Bồ Đoàn chảy trước

bỗng đâu hứng bất ngờ
chơi thêm một youtube
tốn quá nhiều thời giờ
xem ra cũng khá được

khỏi bực mình vẩn vơ
chuyện trùm sò trùm đĩ
đã xa lắc xa lơ
chính mình cũng mụ mị

ai già thấy ngày dài
cho tôi mượn một ít
tôi hoang phí tiêu xài
khoảng đời còn ít xịt

07-3-2025

NGỘ XUÂN KHI VỀ GIÀ

Rưng rưng hình ảnh cũ
hay lòng tôi rưng rưng
thật tình khó tin quá
tôi có thêm mùa xuân

như cây gặp thổ mạch
rỉ rả lá xanh cành
có hoa và có trái
không chắc tốt nhưng lành

qua từng chặng cuộc sống
mỗi năm một mùa xuân
giàu thêm những suy ngẫm
nặng vui buồn trên lưng

đời dạy nghe chim hót
học vạn vật cách cười
níu bám vào chữ nghĩa
tâm tôi còn tối thui

mỗi năm vài ngày Tết
tuần tự đến đều đều
dẫu nhận hay không đón
nợ đời cũng bám theo

buồn chi chi với Tết
vui gì gì với xuân
không gian vũ trụ rộng
hạnh phúc và vi trùng

ta ơi xuân ảnh cũ
hồn vía hiện sờ sờ
nhớ tiếc không hẳn vậy
thoáng ngậm ngùi nao nao

từ bìa tạp chí cũ
từ nhân dạng thân quen
mùa xuân gói tròn tết
tặng phẩm có công bằng

ơn thiên nhiên trời đất
bốn mùa chia cân phân
cũng một phần vạn vật
tôi nghe lòng lâng lâng

xuân năm nay Bính Ngọ
ngựa nước kiệu tôi về
đường hoa ngả sỏi đá
chẳng lối nào dám chê

vui tay mê ngồi gõ
buồn tay cũng gõ đều
lóc cóc nhịp bàn phím
tôi cùng đời đề huề

Tết là phần cốt lõi
đỉnh điểm của mùa xuân
dẫu trăm vui ngàn khóc
xuân tết không biết ngừng

ta ơi ta lẩm cẩm
tăng, giảm hay cầm chừng
cất vào đâu để giữ
ảnh người giàu mùa xuân
8-5-2026

ĐƯỜNG TRONG ĐỜI ĐÃ SỐNG

Khi xưa hồi ở quê nhà
đã có sở thích tà tà đi chơi
hồi tản cư ở núi đồi
Tiên Phước Tiên Hội thiếu thời trẻ con

một mình thả bàn chân son
loanh quanh gò cỏ đá hòn thân quen
hoa dủ dẻ bông lồng đèn
rắn-mối nhền nhện tơ giăng, bạn hiền

rồi về làng nội hồn nhiên
thôn trong xóm lưới loạn thiên lối mòn
cây đa chùa miếu níu hồn
tôi lui tới miết sờ "con... mảnh sành"

Liêm Lạc nối Cổ Mân xanh
ba năm thuộc mặt mái tranh vườn người
Tourane sớm chào đón tôi
"ô-tô-chân" bước đến hồi đạp xe

Thanh Quít Vĩnh Điện đường tre
dẫn tôi về lại Phố màu mè xưa
nơi cuống-rốn tôi góp đưa
Chùa Cầu sống đẹp dây dưa tới chừ

dần dà loạn thiên lu bù
tôi đã tứ tán viễn du thỏa tình
đến khi bén duyên nhà binh
Trà Bồng lấp ló rập rình Ba Tơ

nơi nào tôi cùng làm thơ
thay hồ dán lại gót bờ bụi tôi
đường như mạch máu trong người
tôi chưa hề chán thảnh thơi dạo hoài

không hẳn cần quen, gặp ai
đi khan không ngại ngày mai thế nào
cuộc chiến cho tôi nốc ao
nằm sau nhiều tháng lại vào cuộc đi

vẫn dông honda vu vi
theo tà áo gọi nhiều khi bồi hồi
đến khi cầm lái xe hơi
ngã ba ngã bảy đường người bon chen

sợ lạc em vượt đỏ đèn
quên lững sinh mạng bằng khen hao tài
sau những đường ngắn đường dài
trước mắt người tới tương lai đường gì

tám lăm chưa quờ quạng đi
mà lạ diện tích chu vi cõi về
khói xác có làm mây che
con đường hư ảo vắng xe, ngựa thường

đường chừ là những sợi hương
những sợi yêu quí nhớ thương nhạt dần?
8-2025

ĐẦU NGÀY 01-3-2025

mấy năm chưa trở lại?
từ cái lần đầu tiên
tính thầm tròn hâm bốn
nuôi nỗi buồn triền miên

mộ má vẫn trên núi
dẫu có em thắp hương
nằm sát đường đi quá
không biết má vui buồn

ngày xưa ông bà nói
nằm sát chân đi qua
dưới đất lòng huyệt động
thật hư đều xót xa

từ ngày rời nghĩa địa
gia tộc của nhà mình
(năm sau năm bảy bốn)
cốt thành nhúm tro linh

rồi con ham xuất ngoại
cải táng đất núi này
dựng bia và xây mộ
còn rộng rãi cỏ cây

bây giờ chen chúc vậy
và nằm xa gia đình
trơ trọi bên người lạ
nhìn trời đành làm thinh

không những má im lặng
con đây cũng cúi đầu
hai thằng con trai má
thẹn vuốt tóc phai màu

lâu lâu nhìn ảnh cũ
ứa nước mắt cho mình
bốn mươi năm nửa kiếp
sắp chết xa má mình

lẽ ra không nên gõ
mấy dòng vô hồn này
giữa giao điểm sáng tối
ngày đầu tháng buồn tay
01-3-2025

TUỔI BIẾT TRƯỚC NGÀY CHẾT

khi già chắc chắn gần như
ngày chết biết trước khỏi trù dự sai
đó là chắc chắn ngày mai
ngày nào không có ngày mai, khỏi chờ

cứ yên tâm ngồi làm thơ
qua loa ăn, ngủ lơ mơ, tà tà
nhìn người bằng chính tâm ta
khỏi lo ẩn hiện bóng ma đổ dài

ngày mai luôn có ngày mai
nên tôi biết chắc ngày mai tôi về
cõi âm hết ngại khen chê
an thân yên phận mọi bề nhẩn nha

ba bên bốn phía đầy hoa
người cùng vạn vật chan hòa nắng trăng
hưởng chung bát ngát mặt bằng
mỗi người mỗi cõi vĩnh hằng riêng tư

ngày mai chưa đến bây chừ
mỗi ngày mai có từ từ ngày mai
hôm nay cứ việc lai rai
ngày mai tiếp nối ngày mai lo gì

khi không còn biết việc chi
còn cần gì biết ở đi cùng đời
ngày mai chờ ngày mai thôi
chắc chắn bế mạc cuộc đời ngày mai

02-3-2025

GÕ THEO VIỆC GẶP

sáng nay nắng rực rỡ
xanh trong trời không mây
lạnh trừ 13 độ
chắc đẹp suốt cả ngày

sau lững thững đi bộ
định gõ chơi ít dòng
bỗng mấy ông thợ điện
cho phép mình ngồi không

*

lại thay bình điện mới
làm con sóc hết hồn
cuống cuồng chạy trối chết
cành khô lòng vẫn non

ghi hình người làm việc
phục vụ cuộc sống chung
tầm thường nhưng rất đẹp
đâu chỉ riêng anh hùng

youtube khó chọn nhạc
đi theo thật hòa đồng
tuy "đầu ngô mình sở"
mong vui tai cảm thông

thật tình ta không biết
già sống để làm gì
nhưng nếu làm tổng thống
không biết chừng khác đi
3-3-2025

CÓ THỂ CHƯA HỀ BIẾT YÊU

bạn trang lứa còn tình nam nữ
hồ đồ ta tập bắt chước theo
dẫu vui chơi theo từng con chữ
ba hoa chi cũng lộ thảm nghèo

từng tự ngẫm mình không kinh nghiệm
hoặc không chừng chưa thật biết yêu
những môi vụng tay run một thuở
tình đổi trao như thể đánh liều

nỗi nhung nhớ hồ như vết xước
rát ngấm ngầm chẳng nhức nhối chi
những khắng khít không giàu lãng mạn
khù khờ luôn mới rợi xuân thì

hời hợt vậy nên già tình dốt
chưa vụng trộm ai khó biết mưu toan
thiếu hồi hộp tạo nguồn cảm giác
tình gái trai như gió bạt ngàn

chừ nhiều lúc nhủ mình yêu thử
ngó quanh đời ai cũng như ai
nên chẳng dại rủi rơi người nữ
đời ấm thân hồn ngát hương lài
04-3-2025

HƠI GIỐNG GIỐNG THƠ TÌNH

tỉ dụ ta là gã đào hoa
trầm thiêng bùa ngải ướp trong ta
nhìn ai thích ý liền thu phục
trần trụi theo về chung nóc gia

tỉ dụ em là "em gái mưa"
một thời cùng lén lút đón đưa
song song xe đạp đi đây đó
vai chạm sơ sơ lòng đã ưa

thơ thẩn vô cùng rất vu vơ
nhưng trong chữ nghĩa lộ ỡm ờ
tên em viết tắt tặng trên báo
là những tình thư ở cấp cao!

báo tặng thường thường nhận đủ đôi
chia em một nửa giữ cho vui
mắt em sáng ửng thay môi ướt
ta ngỡ như em vừa hôn môi

*

tình thuở thư sinh, thuở ra đời
đi làm công chức giống nhau thôi
tình yêu nghe chạm trong hơi thở
từng bữa lâng lâng những tuyệt vời

ta vẫn một trò trổ mã thơ
từng câu âu yếm rất mơ hồ
em xao xuyến lộ con tim đập
cố ý chạm nhau kiểu tình cờ

chẳng nói chia tay mà biệt ly
lâu ngày gặp lại vẫn như khi
tình trong cùng với mặt ngoài đã
khác với Nguyễn Du tả thần kỳ

*

tưởng tượng y như thật phải không
sáng nay lòng dạ chợt bềnh bồng
đi làm hộ chiếu thông hành lại
chuyến cuối về thăm đường bờ sông

thơ viết đến đây dừng được rồi
tình ta lẩm cẩm nhớ không nguôi
nhất là nhớ những điều không có
chưa thật xảy ra với cuộc đời

ơi hỡi em yêu, "em gái mây"
chưa thành mưa đủ ướt chân mày
sao ta thương nhớ y như thật
lỗi ở thơ từ những ngón tay
05-3.2025

HỌA SĨ HỒ THÀNH ĐỨC HÔN MÊ?

nguyên nhân dẫn đến hôn mê?
đương nhiên không phải cận kề sắc hương
đừng chơi hai chữ "vô thường"
để khỏa lấp hết đau buồn biệt ly

tôi gặp dị ứng... kỳ kỳ
khi nghe ai đó li bì hôn mê
hồn ơi sống thiêng thác về
xin cho tôi biết, phòng chê từ này

có là đang sống phây phây
bất ngờ ngã thẳng vào ngay u trầm
tôi thường ít nói như câm
tay chân mũi mắt vẫn thần thái riêng

lẽ nào một bữa hữu duyên
hôn mê như những bạn hiền của tôi
miễn đừng đau, thì rất vui
không ngại câm nín tay xuôi yên nằm

và tôi chắc cũng mơ thầm
chiêm bao chi đó vân vân và và...
ai đi theo diện này là
có phước có đức làm ra tự mình

tôi đang chờ phút hiển linh
nghe thêm một bạn làm thinh thở thầm
Đức ơi gắng nhé, nhiều năm
chưa gặp lại bạn bềnh bồng cười chơi

"dây đó" bạn đã đứt rồi?
hay chỉ dùn lại, thiếu người căng ra
muốn tạo ra cuộc cười xòa
không tự dưng thấm cái xa xót buồn...
06-3-2025

CHỜ GIỜ ĐẾN MÉDICUS (TRUNG TÂM CHỈNH HÌNH)

vẫn không bỏ tật xấu
gặp việc riêng lo lo
không giữ tay giữ miệng
giữ miết cái hồ đồ

gần chết bỗng được gọi
cho làm thêm cái chân
bất giác hơi sợ sợ
cà nhắc tiếp cõi âm?

năm-mươi-sáu năm chịu đựng
chưa đáng tội hay sao
trời động nhức than khổ
may miệng câm, dễ nào

tự vựng chơi ghép chữ
thở nằm trước liền than
để rồi ai cũng trách
ta chuyên viên thở than

*

chờ đến Médicus
buồn tay gõ ít câu
ai cho rằng than thở
xin lơ không biết nhau

cảm ơn con cùng vợ
không xấu hổ thương mình
nhờ đó sống tạm bợ
gần hết cuộc nhân sinh

ta không quyền trách móc
cũng chưa từng buồn ai
chuyển buồn riêng ta nhắc
đừng xốn mắt ồn tai

*

chân mới chờ bọc đẹp
sẽ được gởi đến sau
mấy ngàn của chính phủ
thương người từ đâu đâu

khỏi mất tiền, đang đói
nhà chưa có chi ăn
tiện đường ghé quán phở
cũng gần như thói quen

đường về tuyết rót mạnh
ba xe húc sát mình
cùng nhau làm biên bản
không cần cảnh sát nhìn

ngày thứ ba năm mới
chỉ chứng chuyện vậy thôi
ba trăm mấy mươi ngày nữa
gặp những chi trong đời?
03-2-2025

NƠI CƯ NGỤ TIẾP THEO

hôm nay trời nắng, nắng hôm nay
ngẩng mặt nhìn lên tôi thấy mây
mây không trắng lắm, mây xam xám
một lớp mong manh nằm không bay

nắng cũng không vàng, có hơi xanh
chưa đủ lơ lơ gọi thiên thanh
gọi sao với lớp da trời ấy
không đẹp hình như cũng chẳng lành

không có cánh cò cánh chim bay
gió cũng chưa qua vũng trống này
ngoài tầm mắt mở tôi đang ngó
một nghĩa địa cao, hồn chưa đầy

phút chốc hồ như cảm nhận ra
nơi tôi sắp ở không cần nhà
không cần một khoảnh như huyệt mộ
tôi sẽ mênh mông rất bao la

04-02-2025

SÁU TÁM KHI CHỜ TẾT ẤT TỴ

B1.

không nhớ bao nhiêu thơ xuân
đã viết trong những năm từng sống qua
nếu đếm số đã in ra
không chính xác với tay ta múa vần

năm vui, thơ thế bàn chân
lang thang nhiều mặt giấy văn nhân ngồi
năm buồn, thuốc rượu bốc hơi
liêu xiêu vần điệu nổi trôi theo cùng

hồi tưởng một cách chung chung
sáu mươi năm viết chỉ chừng hơn trăm
coi như được nói cà lăm
những hình ảnh của khói trầm hương bay

năm nay lặp lại gì đây?
tuổi già có buộc lòng quay quắc buồn?
hỏi không thể trả lời luôn
dẫu tâm không đợi "vô thường" ai than!
8h34 PM, 27-01-2025

B2.

đông người làm lục bát xuân
trên làng facebook tưởng chừng tràn hoa
dửng dưng ta kéo lướt qua
thật không dám đọc, sợ ta học người

chân yên vị tay thả rơi
độc một ngón gõ tình vui câu buồn
cả đời lục bát chưa suôn
tạm chơi vè thử... tới luôn lão già!

ồ mình già thật cơ à?
bốn món còn đủ dẫu là lai rai
bớt mạnh nhưng vẫn khá dai
thở lên thở xuống hơi dài điệu xuân

trí não vẫn sáng vô cùng
mắt hai con đủ thấy từng nhịp tay
gõ vui xong chục câu này
nghỉ mươi phút lại lên ngay ý tình

làm vè là thế rung rinh
giữ thanh xuân ở bên mình thường xuyên
có thể ngôn ngữ vô duyên
nhưng tâm hồn thật bình yên nhẹ nhàng
9h27 PM, ngày 27-01-2025

B3.

hôm nay, một ngày thật vui
phụ vợ làm bếp lui cui nửa ngày
thực hiện vài việc lạ tay
rồi rước ông bà về đây với mình

khởi từ ánh nắng bình minh
vo gạo, rửa chén... linh tinh lắm trò
ngó mấy dĩa xôi buồn xo
anh cao-đường, mở, mắt to trợn trừng

bánh tổ, bánh tét, bánh chưng
cắt ra xông khói hương lừng đành lơ
thắp hương bốn vái rù rờ
ông bà cha mẹ từ mô lại về

không lẩm cẩm chẳng u mê
văn hóa xưa cũ vỗ về linh thiêng
đôi khi đứng yên như thiền
lung tung nhớ thuở thiếu niên đến chừ

đời ta hình như quá dư
kỷ niệm đẹp trọn xuân thu đông hè
trái tim thay thế tai nghe
mạch máu nhờ đó vo ve tỏ lòng

ta không đại phú, cố nông
bước đời rổn rảng mặn nồng yêu thương
giữ bình thường không tầm thường
phước nhà gia tộc từ đường trang nghiêm

84 cái Tết hữu duyên
lộc tài tạm ổn không nghiêng ngửa gì
không phật tử cũng thầm thì
"nam mô"... (bỏ lửng những chi dâng tình)
10h23 ngày 27-01-2025

B4.

giờ này quê nhà xế chiều
cuối năm rồng lộn mỹ miều sắp qua
người chìm nổi trong sắc hoa
người lo buồn nuốt xót xa vào lòng

cảnh đời của đại số đông
dường như đã bớt long đong phần nào?
hạnh phúc gia đình đỉnh cao
tợ như tranh vẽ giàu hào nhoáng thơm

năm mươi năm đất nước tròn
nửa vòng thế kỷ không còn chiến tranh
vết thương dường như chưa lành
dấu ấn liềm búa trở thành "vết son"

bành trướng trong những tâm hồn
thanh xuân trong sáng của non nước nhà
thị thành pháo bông cùng hoa
nổ trong lịch sử đậm đà những chi?

ngàn dặm xa nghe thấy gì
những tôi mất gốc chợt nghi hoặc mình
lơ mơ dậy gõ linh tinh
vè thơ âm điệu trắc bình như nhau

thoáng qua một chút buồn đau
rồi cũng nhập thế quên mau đất tình
hình như không chỉ một mình
tôi thức dậy đợi bình minh một thời

những dòng chữ vụng đang phơi
lòng tôi thành những điệu cười khác nhau
tay gõ tay chống đỡ đầu
bỗng vô cảm giác thương câu thơ vè
4h02 AM, ngày 28-01-2025

B5.

xưa kia thuốc lá, rượu, trà
lăng xăng ve gái tà tà vui chân
từ ngày sứt mẻ xác thân
chìm trong xấu hổ bỏ dần đa đoan

ngay trong nghệ thuật mơ màng
cũng theo thất thế chuyển sang vụng về
thú vui tìm bạn kết bè
ngậm chua chát nhả phèn the, đắp mềm

bám vào mênh mông tình em
qua ngày qua tháng năm quên nỗi buồn
nương những câu chữ bình thường
dẫn đời qua cõi trầm hương sống thầm

bỏ nhạc tắt hẳn thanh âm
vốn từng chiêu dụ mỹ nhân đôi nàng
tiếng nói khi lạc mất đàn
trốn về quê quán ngổn ngang đá hòn

tết qua tết có chi còn
chút ta mới lớn nhúng hồn vào thơ
buồn thay chừ hiểu quá khờ
phí đời vào cõi mơ hồ ích chi?

mai mốt chết chẳng còn gì
xác thiêu, đống giấy rã đi quê người
gốc nhà mất hút tâm tôi
hồn không chỗ đợi mỉm cười đầu thai

5h11 AM, ngày 28-01-2025

B6.

tối qua gõ bậy 3 bài
sớm nay gõ bạ 3 bài tiếp theo
bài thứ sáu này đang treo
những câu ý ngắn tình nghèo chưa ra

miệng còn chưa súc nữa mà
may không nghe thối, hay là mùi quen
thơ làm trong nửa ánh đèn
để cho vợ thở trong chăn hài hòa

ta đang vui với thú ta
không quan tâm chuyện chẳng ma nào nhìn
những bài thơ không ai in
nhốt trong "ổ cứng" lim dim, cũng buồn

nhưng thôi, kệ chúng, tới luôn
trước mắt nhờ chúng trốn buồn giải khuây
còn chuyện phải làm sáng nay
ba cây số đợi gót giày tới lui

nặn máu thử đường để rồi
ăn không ăn đám chè xôi nằm chờ
ở đâu mới đúng chất thơ
riêng tôi chơi kiểu dật dờ tôi riêng

vài câu nữa đứng lên liền
đánh răng súc miệng tự nhiên thường ngày
sắp 6 giờ sáng hôm nay
nếu vui gõ tiếp ngón tay chưa mòn

lâu ngày chưa ai lạ hôn
hết còn thi sĩ mê "hồn" thanh xuân?
chưa đâu, ấm ớ vô chừng
còn trăng sao mọc khó lưng tơ tình
5h51AM, ngày 28-01-2025

B7.

dẫu đi dễ đẻ ta thơ
vẫn cần có đủ dật dờ tinh khôi
"thất bộ thi" chuyện xa vời
dùng ngay ví dụ chính tôi mỗi ngày

đi cần đồng bộ chân tay
mắt tai mũi miệng phần này phần kia
cả con-lúc-lắc chầu rìa
cũng tham gia động thơ chia đồng đều

nhiều thời nghiêm chỉnh chán phèo
ba lơn đôi chút bọt bèo thơ tôi
không hớp hồn, chút dở hơi
thật tình sáu tám giỡn đời đã lâu

giữa rầu có khác với sầu
tuy hơi ná ná buồn đau nhức lòng
làm thơ vốn dễ như không
người đọc lại vẫn thường khôn hơn mình

họ nghiệm ra thật tài tình
những điều khi viết vô hình dung theo
thơ xuân ý tứ tôi nghèo
chuyện đời chưa đủ rong rêu lên màu

tôi thường quen tật viết mau
tốc độ như lửa nước mầu nhiệm riêng
đọc câu trước đoán hiểu liền
câu sau kháu khỉnh hồn nhiên thế nào

thể loại hình thức chiên xào
"thêm mắm dặm muối" nghề cao tay dần
Tết này đã định tịnh tâm
mặc kệ hồn vía xuân xâm lấn mình

đâu dè trở chứng hiển linh
làm ngài thần thánh điều binh ngôn từ
thừa nhưng chưa chắc đã dư
dấu tôi thêm đậm phù hư với đời

bảy bài ngăn ngắn vui chơi
chưa nên dừng lại giữ hơi lì xì
em chừ ít thích quà chi
hy vọng gõ tiếp làm thi sĩ ngồi

ngã ba, ngã bảy, chợ trời
nói dóc vác mặt ngó người ta đây
mà thôi, tên cuối bài đầy
cốt cách không dám quấy rầy tội mang
8h30AM, ngày 28-01-2025

B8.

chiều qua nạp nếp cùng đường
dưới dạng bánh tổ lo buồn cả đêm
vừa mới chích máu ra xem
sáu chấm năm, mừng thật hên quá chừng

bữa sáng giảm hẳn khiêm nhường
chè đậu xanh đánh chơi luôn cặp liền
chè đậu đen, cũng có duyên
một chén khá bự đã ghiền nhịn lâu

không sợ chết chỉ sợ đau
bánh tét chiên sẽ ăn sau ít giờ
lửng lơ cái bụng, không sao
chả lụa chả quế cho vô từ từ

háu ăn một cách vô tư
xuân nhựt tết nhứt đâu dư dả gì
miếng ăn là miếng chi chi
không ăn cũng chết một khi số tàn

háu ăn cùng với ăn tham
chính là cốt cách lạc quan yêu đời
em có buồn chọn lấy tôi
ăn thiệt cùng với ăn chơi dài dài

tấm thân vẫn dạng mảnh mai
nếu không có sức dẻo dai tàn rồi
ăn tết chỉ chừng nấy thôi
thường ngày đổi tới đổi lui cũng là

khác chăng hương khói bay ra
chưa đưa hồn vía cao xa mây trời
đang chờ, e sắp đến rồi
hơi buồn đôi chút tiếc đời qua nhanh.

10h55 AM, ngày 28-01-2025

B9.

quê nhà sắp đón giao thừa
cả nước náo nức thi đua to phồng
tiêu biểu chi tiền pháo bông
cổng chào rợp bóng cờ hồng đèn hoa

búa liềm thị uy bày ra
đảng nắm đầu cả quốc gia bình thường
"nhân dân" hết sạch nỗi buồn
chủ quyền cũng món bán buôn được mà

thanh niên nam nữ khoái nha
văn minh bắt chước vượt qua mặt người
đồ nghề là của để chơi
áp dụng thử trước cuộc đời vững hơn

biết xem cuộc sống ba lơn
mới là ý thức, dấu son mới đời
tinh thần vật chất hai ngôi
Khổng Nho xưa cũ lỗi thời đáng chi

cái đuôi vĩ đại mới chì
cái đầu có cúi, gối quì chả sao
vô địch luôn ở đỉnh cao
xuân tết đồng dạng cờ sao ảnh người

ra đường thể hiện tươi vui
vinh quang lao động rộng đời hoan ca
"mùa xuân đầu tiên" có ông già
được ca tụng miết chính là vinh quang

rập khuôn giữ dạng Việt Nam
ai nghi tàu chệch việt gian mưu đồ
dẫu đúng tàu, đâu có sao
anh em đồng chí đồng bào như nhau
11h39 AM, ngày 28-01-2025

B10.

giờ này quê nhà xế chiều
cuối năm rồng lộn mỹ miều sắp qua
người chìm nổi trong sắc hoa
người lo buồn nuốt xót xa vào lòng

cảnh đời của đại số đông
dường như đã bớt long đong phần nào?
hạnh phúc gia đình đỉnh cao
tợ như tranh vẽ giàu hào nhoáng thơm

năm mươi năm đất nước tròn
nửa vòng thế kỷ không còn chiến tranh
vết thương dường như chưa lành
dấu ấn liềm búa trở thành "vết son"

bành trướng trong những tâm hồn
thanh xuân trong sáng của non nước nhà
thị thành pháo bông cùng hoa
nổ trong lịch sử đậm đà những chi?

ngàn dặm xa nghe thấy gì
những tôi mất gốc chợt nghi hoặc mình
lơ mơ dậy gõ linh tinh
vè thơ âm điệu trắc bình như nhau

thoáng qua một chút buồn đau
rồi cũng nhập thế quên mau đất tình
hình như không chỉ một mình
tôi thức dậy đợi bình minh một thời

những dòng chữ vụng đang phơi
lòng tôi thành những điệu cười khác nhau
tay gõ tay chống đỡ đầu
bỗng vô cảm giác thương câu thơ vè

4h02 AM, ngày 28-01-2025

KÝ SỰ MỘT PHẦN ĐỜI

* trước, cặp đôi bồ câu
sau, anh chị diều hâu
mở đầu đời tị nạn
tự do hơn làm giàu

xưa khởi nghiệp thương mại
bán chữ nghĩa người ta
em làm bà chủ nhỏ
rờ đồng tiền vào ra

* đầu tháng ba bảy lăm
"dòng thác cách mạng" cuốn
sách vào ngọn lửa nằm
tâm thức người hóa khói

em theo xe của ba
thu lộ phí hành khách
được nửa tháng nám da
cúng xe cho nhà nước

* em trải khăn chợ trời
bán những món ta chơi
độc đáo và đẹp mắt
mọc chân đi theo người

ta xách xe chạy rông
tìm chọn vài góc đứng
khách đánh giá ta ngon
chẳng mấy ai thuê chở

* từ bần chuyển qua sang
buôn vàng từ chỉ một
chợ Cồn bán chợ Hàn
tà tà tích tụ vốn

kết hợp nhà mặt tiền
bán quần áo cũ mới
lừa bộ đội ngoan hiền
lòng ngường ngượng tội tội

* theo phong trào chuyển qua
thu mua bán quạt máy
em ngồi, ta gần xa
chạy mua hàng rẻ "lạ"

tiến dần lên hàng ngon
bán phụ tùng xe đạp
ráp bán luôn nguyên con
khách hàng kiểm tại chỗ

*

quả thật "lính bác Hồ"
mười người lành như một
chân chất là dấu son
không phải sao loạn xạ

vừa mở đời gian thương
nhận giấy em bảo lãnh
vội vã "chạy" lên đường
mặc "phi thương bất phú"

* trở lại đời tự do
chữ nghĩa chỉ than thở
mất đấu tranh, hẹn hò
sau vài năm năng nổ

chống cộng kiểu bureau
không có chi lo sợ
quả thật viết không vô
khi mình không sống thật

bội phục khá nhiều cô
nhàn cư ngồi lắp chữ
mạnh lửa khói phất phơ
tỏ lòng quá yêu nước

* đời thơ ta trở mình
qua Cỏ Hoa, Lên Ngựa
may vẫn còn có em
nữ nhân hơn mỹ nữ

cảm ơn bướm chim linh
có hồn không hiện vật
đặc quánh một chữ tình
chơi già đời không ngán

càng già chữ càng thấm
chất bạo gan phơi trần
những sự việc rất thật
sứt mẻ tiếng thi nhân

ngẫm lại giàu hay nghèo
y chang tiếng "bánh xèo"
âm này thâm mật quá
đúng cuộc đời đang đeo:
nghèo !
17h05, 30-2024

TỦ SÁCH GIA ĐÌNH

tủ sách gia đình tôi
không thuộc loại gỗ quí
ván tạp nho nhỏ thôi
đếm được chín, mười cái

thùng giấy đựng khá nhiều
thua Thành Tôn chút xíu
một chỗ cất đáng yêu:
khung chân "giường queen" rỗng

*

sách hoàn toàn của chùa
tác giả gởi cho đọc
quà quí không phải mua
chen nhau thở nhiều góc

biên khảo, nhạc, truyện, thơ
hội họa cùng nhiếp ảnh
không sót tài danh nào
tôi còn thiếu thủ bút

*

rõ ràng là khoe khoang
thiếu khiêm nhường quá lớn
nhưng khoe là cảm ơn
một lần nữa người tặng

tiếc vẫn thiếu đôi ba
cuốn tôi viết tựa, bạt
sách phát hành phương xa
chờ hoài quên luôn trớt

mừng vẫn nhận lai rai
từ Việt Nam, Đức quốc
Hoa Kỳ tới dài dài
buồn, vắng nhiều chữ ký

*

hơi sách lẫn hơi tôi
ngột không gian đang sống
nhưng sẽ vui, thật vui
nếu được tiếp tục nhận

nhìn sách đứng, sách nằm
lâu lâu phủi quét bụi
lắng lòng như hỏi thăm
hồn vía thơm chữ nghĩa

từng nghĩ, mai chết đi
của quí này ai giữ?
sau vợ đâu chắc chi
con cháu ôm của nợ!

giá còn ở Việt Nam
ít ra cũng có góc
chứa giữ được kho vàng
dù nghèo hẳn mất đọc

cũng có ý gởi về
nhờ em trai giữ giúp
một việc bất khả thi
trước nhất là phạm pháp

sách cũ nơi nhà xưa
có tên quán Ngôn Ngữ
từng vào lửa, chưa chừa
trò chơi giấy có chữ?

một chút chi cay cay
một chút gì đắng đắng
mong trời sẽ đổi thay
đời người sao quá ngắn
10h31, 24-9-2024

CHEN QUA KẼ HỞ THỜI GIAN

người làm thơ cao tuổi
xưa nay cũng khá nhiều
họ là những thi sĩ
những nhà thơ đáng yêu

có khá hiếm người viết
thơ về chuyện tuổi già
cụ Nguyễn Khuyến mươi nét
cụ Phan Khôi qua loa

còn ai nữa? hẳn có
chưa kịp nhớ tức thì
đầu óc chợt mụ mị
tạm thời đành lơ đi

nhà thơ và thi sĩ
phải viết điều cao sang
thâm thúy trẻ trung hóa
thấm thía nhưng nhẹ nhàng

tôi cũng có được gọi
thi sĩ và nhà thơ
nhưng tự nghĩ không dám
nhất là thời bây giờ

đúng đỉnh điểm cao tuổi
thấy mình vốn thật là
người ham chơi vần điệu
thật sự hơi quá đà

qua giai đoạn chắt lọc
tâm thức cùng tình yêu
đến xuề xòa hiện thực
tôi áp dụng hơi liều

tình yêu thời tuổi trẻ
thanh thoát giàu nhẹ nhàng
tuổi già nặng tình dục
theo xuống cấp truy hoan

nhìn chung, dẫu mục kích
giản dị bình thường nào
trong khoảnh khắc bất chợt
cũng ngộ được vẩn vơ

thế là sa đà viết
chữ đẻ ý thêm dần
cơ hồ chỉ gặp chuyện
tình cờ đau cái chân

viết không để than thở
viết lấy thú ấy mà
trẻ tụng em khác cách
già ca em tinh ma

không hẳn là tâm sự
nếu ngờ là tâm thần?
đúng hay là sai bét
cũng đều là tâm chân

may tôi còn giới hạn
chưa dám bày tỏ tường
những cắc cớ bất tử
có người ghét người thương

thơ già người già đọc
giết thời gian chờ giờ
thi hành cái bản án
vô văn tự bất ngờ

trung niên, người non tuổi
không đáng đọc, bực mình
không nên đọc, biết trước
sẽ xảy ra cho mình

bạn đồng tuổi chưa đợi
giờ chấm dứt cuộc chơi
còn lạc quan, sức lực
tránh đọc để yêu đời

chỉ mong ai lỡ ngó
đừng ngờ tôi thở than
đừng nghi tôi than thở
hiểu giùm cách hưởng nhàn

viết chừ là cởi bớt
nút thời gian siết dần
viết chừ một cách thở
khe hở đến tuổi trăm

đây như lời biện bạch
sơ sài của riêng tôi
một người lạc quan lớn
đang trụ trong cuộc đời

và những bài viết tiếp
sẽ na ná như vầy
kê dần góc cạnh sống
của ngày được qua ngày

3h50 AM (giữa khuya) 23-9-2024

BÀI VIẾT GIỮA KHUYA

bứt rứt chuyện chi không ngủ được
nằm rồi, dậy đọc lời chúc vui
trả lời thật dễ nhưng thật khó
ăn cắp sơ sơ ý nhiều người

nhiều trả lời rồi sai chính tả
chỉnh sửa một hơi đúng hẳn chưa?
máy móc phá tôi khi gõ chữ
thường hụt chữ đi, có khi thừa

ví như từ "chúc" thành ra "cúc"
từ "mừng" chỉ có "mng" (mờ-nờ-rê)
may nhờ cô vợ siêng kiểm duyệt
chỉ lỗi ra nhiều, thấy hơi quê

*

ngay trong thơ thẩn còn sai trật
trước đây nhiều bạn nhắc sửa giùm
lâu nay lạ quá không ai nói
chợt phát hiện sai, dị vô cùng

trí nhớ xem chừng đà sa sút
thêm vào cẩu thả gõ cho mau
viết dán tầm phào không chờ đọc
bài dài ngó qua đã nhức đầu

cảm ơn bạn "like" nhờ quen biết
tạ ơn người đọc hiểu ý tình
đôi khi hơi lạ bài mình thích
nằm ngoài mắt, lòng người vốn tinh

*

tôi đang chọn chữ thật thô kệch
vốn ít khi dùng cho văn chương
khẩu ngữ địa phương hẳn gây khó
và làm thơ thẩn thêm tầm thường

xin lỗi nhưng mà tôi không đổi
quê quán tôi xưa khai trừ rồi
nên càng cố kiếm từng chữ nói
để giữ cho mình khó bốc hơi

lòng thòng dai nhách xin gút lại
xin lỗi đi cùng với cảm ơn
vừa gõ vừa ăn cái bánh ngọt
thói quen khó bỏ như ba lơn

*

còn năm phút nữa: ba giờ sáng
tôi thức trọn đêm chuyện rất thường
lâu nay mất hẳn màn ngủ gục
nhờ gắn tai nghe truyện tầm thường

rút ra triết lý: hơi bạo lực
để chẳng một ai hiếp đáp mình
miếng võ thần tình luôn áp dụng
phớt lờ đồng nghĩa với làm thinh

chúc thêm lần nữa: giàu hạnh phúc
tất cả thân sơ ghé đọc chơi
đọc tên bài viết là đã đủ
linh tính tôi hay đã có người...
02-02-2024

KHI KHÁCH LÀ BẠN

tặng anh Song Thao

lâu lâu bạn thân ghé thăm nhà
lấy báo, luôn tiện để nhìn ta
mặt mũi tóc tai hàng ria xấu
có theo thân chủ chúng cùng già

chuyện vãn linh tinh hơn nửa giờ
bánh ngọt không ăn, hạt điều lơ
nể lòng gia chủ tu ngụm nước
lạnh tanh trắng nhách giống như thơ

bạn nhắc ngày sinh kẻ ra sau
thay lời mừng chúc nói thành câu
ta cười ngượng nghịu vui trong bụng
đôi chút buồn già chợt phai màu

tình bạn thời nay chẳng khác xưa
thân tình bộc trực không đẩy đưa
không dám trưng ai ra so sánh
nhưng giống đất trời đủ nắng mưa
8-1-2024

THỌ

đã tám-ba tây, tám-tư ta
tính từ bụng mẹ đến ngày ra
hữu lý nhưng mà không thực dụng
trong đời thường sống cùng người ta

xã hội nơi đây tính từng ngày
ta vừa bị kê mới gần đây
khi thử dị ứng, họ hỏi tuổi
"quatrevingt trois", bị cau mày

thế đó, lão rồi có hơi ngu
khoái tuổi thọ cao chứng tỏ tu
dù rằng có thể là tu hú
khoe cái sống dai ra để hù

*

tôi đã tám-tư có nghĩa là
bằng nội và cha tôi sống qua
tôi từng tiên đoán tôi cùng tuổi
thọ mức tám-tư cho cả ba

như thế tôi sẽ tịch năm nay
năm tuổi cầm tinh con rồng bay
đến đâu thật giả tôi không biết
nhưng chín trên mười tôi xuôi tay

triệu chứng bây chừ chưa có chi
nhưng già bất tử đi là đi
đang còn dạo bước xem được lắm
bỗng ngủ một hơi hết biết gì

đó là phước đức cả đời tu
mong vậy nhưng trông cứ từ từ
xem thêm word cup soccer nữa
xem kiểu thời trang quí tiểu thư

biết đâu mai mốt không áo quần
là thời thượng cho phái đẹp chung
bấy giờ không chết cũng phải chết
hết nguyện vọng chi, thú quá chừng
10-01-2024

BÀI KỶ NIỆM NGÀY LÊN 83

ngày đầu tuổi tám ba
đất bạc đầu trắng xóa
cỏ cây thay ta già
ta chỉ thêm tuổi thọ

sức lực đã lão ông
thần, tình chưa lão hóa
trung niên như tóc lông
bạc sơ sơ quá đã

năm nay không chúc mừng
em cho mấy trăm bạc
chính phủ thư (cho chung)
tuổi vàng chỉnh răng rụng

bạn trẻ từ quê nhà
viết bài bình thơ tặng
bạn ở cùng phố ta
ghé trước ngày tán dóc

chắc cũng còn lai rai
người quen gởi lời chúc
giữ tuổi thọ thật dai
thơ-tình còn làm được

cảm ơn vợ-cháu-con
giúp an tâm chơi chữ
xin giữ hết trong lòng
những ngọt ngào mừng tuổi
10-01-2024

TÔI,
NGÀY 10 THÁNG GIÊNG DƯƠNG

khổ cho cái bệnh khoe khoang
nhất là kheo cái dung nhan riêng mình
thời trai trẻ, lúc chiến binh
mặt mũi đã đáng làm thinh cúi đầu

nhưng nghĩ có chết ai đâu
nên đã bớt ngại bày râu tóc đời
không hào kiệt chẳng tay chơi
làng nhàng mình học ba trời sơ sơ

sáng ra nghiêm chỉnh chào cờ
là người biết lội bụi bờ cỏ hoa
không lè phè chỉ tà tà
theo người mọi cuộc lân la ái tình

con trai không ai khen xinh
mà đẹp không ổn thành mình...cô đơn
bày đủ trò cốt làm ngon
xem ra trật lất may còn vần văn

dung nhan từ đó, thưa rằng
để dán căn cước, văn bằng...lái xe
bây chừ ngày tháng nặng đè
còn nét chi dán lên khoe cùng người?

chợt an tâm"đã già rồi"
ai khen chê nữa, lén chơi dài dài
hôm nay nhân dạng khó coi
nên chi nhân ảnh coi mòi tệ hơn

vẫn khoe lưu niệm, khi còn
hít thở và nhớ quí mỹ nhơn vẫn đầy
cụ thể hơn, giúp ngón tay
gõ linh tinh chữ từng ngày còn qua

gạt qua bên mặc cảm già
bốn phương quen lạ gần xa có cười
cũng là tích cực chia vui
mừng mình yếu rứa mà ngồi đời dai
11-01-2024

THẢ THÍNH THEO CŨ RÍCH THƠ

"con mèo con chó có lông"(cadao)
em có thêm được cái... không có gì
cộng cái, tên đổi: "chi chi"
vốn là vưu vật cùng đi theo đời

mô Phật, tha tội trời ơi
Lòng không Dạ rỗng hám chơi vè vần
vớt không còn sót nợ nần
nặn tim bóp óc vẫn trần trụi hư

thứ mà tôi còn thặng dư
mót ra trải gót tiểu thư, trang đài
chân ngắn cùng với chân dài
không phân biệt bất cứ ai má hồng

thơ tình cũ rích rơ vòng
như cái thòng lọng bềnh bồng rút dây
không còn ai mắc tròng này
khi tay kéo đã sắp bay về trời

dính chăng thêm chút thảnh thơi
mà không quá chán khi ngồi không suông
cả buồn cũng hết sạch luôn
đọng chăng bèo bọn nói suôn sẻ chừng

cao tay lắm, gắng lừng khừng
vài ba niên nữa, em đừng vội lơ
đợi tài em trổ ra thơ
đồng thanh tương ứng bất ngờ biết đâu

sinh ra mối nhợ tơ sầu
nỗi tình trai gái nhớ nhau, cuối đời
không trên chẳng dưới, cùng ngồi
dưới đèn khác chỗ, mà hơi lừng trời

*

cõi ảo yêu ảo giữ hơi
cho hồn chữ ngã nằm phơi mơ hồ
cái ngã em tôi ngã vô
cái ngã tôi có khi nào ngộ em?
12-1-2024

KHI ĐI MÉTRO
CÙNG NHÀ THƠ LƯU NGUYỄN

bước ra xã hội vài giờ
thấy mình bớt hẳn thờ ơ đời thường
góc cạnh nào cũng dễ thương
con người cảnh vật giàu hương không mùi

nhẹ lòng phơi phới tươi vui
chen vai chạm áo bên người không quen
mắt nhìn miệng chẳng nói năng
nghe chừng gắn bó bon chen rất cần

giữ cho cuộc sống cân phân
bằng những động tác khá gần giống nhau
những điều người nghĩ trong đầu
khác - giống tôi vốn đủ sâu cạn và...

métro, bus chạy qua
máu không dừng lại trong da thịt người
cuộc sống không thể quay lui
bình an thở tiếp tục đời đang đi...

*

vài chục phút ghi, lưu gì?
âm thanh sinh động tùy nghi bất ngờ
tiếng đời đó vốn là thơ
ngân vang và mất hút vào hư không

ngại bất lịch sự, đành lòng
mượn sàn xe, khép mở cửa, mong lưu tình
mọi sự vật đều lung linh
vụng tay đọng ít bóng hình đơn sơ...
13-01-2024

DỌN TUYẾT

không phải dễ dàng có tuyết
khi đất trời đủ nắng mưa
phố Montréal vô cùng tuyệt
quốc gia có rõ bốn mùa

ba mươi năm hơn cư ngụ
càng ngày càng ấm yêu thương
bước đi bớt lo trơn trợt
lo thành cái thú bình thường

đôi khi rất cần lặng lẽ
để lắng lòng nghe chính mình
nhiều lúc phải nghe tiếng động
để hiểu rõ đời mưu sinh

thay âm thanh mùa nắng tốt
tiếng xe dọn tuyết ồn ào
dĩ nhiên không bằng chim hót
có lòng vẫn rất ca dao

cảm ơn "vin"* nơi tôi ở
tuyết rơi cách nhật dọn liền
mỗi năm một mùa chổi xẻng
tự do dễ ngộ hồn nhiên
16-1-2024

**vin=ville*

VUI ĐỀU ĐỀU MỖI SỚM MAI

già làm tự ngữ cùn trơ
dễ chi thoát khỏi xác xơ điệu vần
còn mở mắt ngó cái thần
mỗi sớm mai vẫn lâng lâng vần vè

mắt đọc thầm, lòng lắng nghe
mình bay hay rớt lè phè đến đâu
quờ tay qua thử mái đầu
trống không tiêu muối dãi dầu nắng mưa

dậm chân bước đất còn đưa
thân di động hướng vốn ưa tìm về
rất trân trọng, khá chỉnh tề
trừ khi trở ngại, buồn ê ẩm người

*

thời kỳ cao tuổi cũng vui
ta đang trong nó phải chơi hết mình
thời ra trận chờ hy sinh
chừ chiến cuộc đợi thình lình tự nhiên

người xưa làm được thánh hiền
ta cũng làm được cho riêng ta mà
có chi mà bước không qua
tuổi thọ đang tiến tà tà bình yên

bên con ngoan với vợ hiền
hai cánh quân ấy là tiên là thần
em, cháu, người quen xa gần
lực lượng hùng hậu chẳng cần chi lo

*

thơ văn tiếp tục dạt dào
mỗi ngày hưởng thụ phút giờ trong veo
không chi cũng đọng bọt bèo
cái tâm thanh thản dây treo phơi tình

bằng lòng vui cuộc sống mình
tạ ơn thiên địa nhân sinh rộng lòng
thương, ghét đỡ bước ta còn
khoan thai ngã ngũ để xong từng ngày
23-01-2024

ĐIỀN VIÊN THEO MỘT CÁCH RIÊNG

loanh quanh lẩn quẩn trong nhà
tắm chó hay lót ổ gà đều không
gần như cả ngày ngồi đồng
bên em giống thuở mới trồng cây si

người khác hưu trí làm chi?
ta năm-mươi tuổi, cu li hết phần (1)
ngồi nhà nghĩ chuyện lập thân
lập đâu trật đó dần dần thong dong

*
năm-mươi đến hơn bảy-lăm
còn vi vút lượn lòng vòng ngoại ô
chạy ngang phi trường ngó vào
cái thú có chút dật dờ chơi luôn

buồn buồn thường trực buồn buồn
xem phim ngắm ảnh ở truồng đôi khi
làm thơ, chẳng đáng kể gì
bởi cùng thơ thở vân vi đời dài

*
hôm nay quá mức 82
cả ngày ít lúc nằm dài nghỉ ngơi
bày trò lững thững tự chơi
tập theo quí cụ cuối đời điền viên

ruộng không, vườn chỉ mái hiên
bốn tháng tuyết ngụ triền miên lạnh đầy
trong nhà trồng ít chậu cây
chong đèn thay nắng lá dày không hoa

xuống lên cầu thang rề rà
chuông vợ bấm gọi tà tà xuống ăn
cả ngày ngồi suốt bên đèn
mặt da như dát màu trăng hạ tuần

viết không hết nói không cùng
ông bà của cặp Hoán Luân thuở nào
lặp đi lặp lại sơ sơ
ngày mai ngày mốt ngày nào cũng thêm...
25-01-2024

(1) xin nghỉ việc năm 1991

ĐI... LÀ ĐI, LÀ ĐI

đi xuống đi lên hoài cũng chán
đi qua đi lại mãi cũng phiền
dù không ai cấm nhìn cây lá
ai cấm nhìn người đẹp có duyên

đi với ý đồ tuy cần thiết
thành quả lại không mấy rõ ràng
đi cho có bước đưa thân tới
cho đổ mồ hôi nuôi tuổi vàng

nên mỗi bước ta thường mong đợi
gặp bất cứ ai cũng ngó qua
nếu cùng nam tử như ta vậy
khẽ gật đầu chào hỏi "ça va?"

nếu may hơn nữa gặp thục nữ
trẻ, già đều phải giữ trang nghiêm
không ai cấm liếc nhưng đừng ngó
phải nhường đôi mắt họ ưu tiên

khi đi ta vốn giàu lý thú
nhìn con sóc chạy con chim chuyền
bụi cây có búp đêm qua nở
những kiểu décor dưới mái hiên

hình ảnh nhà người, con đường phố
quen mà vẫn lạ mỗi khi qua
hồn ta phút trước, sau khác biệt
huống chi giờ, ngày chóng trôi xa

*

cái đi lý thú vô cùng vậy
nhưng chừ mỗi sáng chỉ tà tà
nâng thân qua hết giờ qui định
đóng khung hạn hẹp ngay tại gia

vui vui thì bước trên sàn gỗ
buồn buồn theo máy chạy một nơi
phải nhìn phải ngó toàn tĩnh vật
họa hoằn đồng hồ chạy, cá bơi

mót máy trong đầu vài ý mọn
viết bừa quên lững được thời gian
bữa nào ngu lắm lo qua vội
gắng mấy cuối cùng cũng bỏ ngang

một giờ dài lắm khi nôn nóng
bội phục em xinh giữ thể hình
chẳng biết quí em trong khi tập
nghĩ về những chi, có linh tinh...
26-01-2024

NGAO DU CÙNG MƯA TUYẾT

mưa và tuyết cùng phấp phơ hạ thổ
thảnh thơi ta lặng đứng ngắm buồn buồn
ngỡ như chính thân ta là bọn chúng
rơi vô tư vào một cõi mông lung

nhiều năm trước một mình ta từng chạy
chừ già rồi di động ngại cô đơn
nhưng thú cũ vẫn còn nguyên thao thức
vợ nhìn qua tỏ ý hiểu được lòng

để ăn chắc khởi đầu ta dọn tuyết
khá qua loa rồi vào chờ trong xe
là "chủ tịch" ngồi ghế sau đường bệ
con lái xe, vợ hộ vệ chỉnh tề

*

đường du hành chọn chơi hai ngã chính
Fleury chuyển qua Côte Vertu
không kể đến những lối ngang đường dọc
(dài ngắn vài cây không đáng kể gì)

chọn hướng đến thật ra qua nơi cũ
chốn đã từng cư ngụ chừng vài năm
những thương xá, métro và hàng quán
cả nhà-thương đôi ba bận ghé nằm

xe chạy mức bốn năm mươi cây số
tuyết trộn mưa đường rải muối ít trơn
đi rồi về nguôi ngoai nhiều nỗi nhớ
vốn không hay vẫn ủ sẵn trong hồn

*

bạn thấy đó đi không mục đích ghé
mà đã qua ngang những Edouard Laurin
nơi cây chuối xanh um Đinh Cường khoái
và Hồ Đình Nghiêm nhắc trong "Tiếng Chim" (1)

đời nhờ có những chuyến đi như thế
tuyết lẫn mưa trời đất gần ta hơn
tối nay ngủ dễ gì không gặp mộng
đâu cần chi phải ngộ mặt mỹ nhân
27-01-2024

1. Edouard Laurin tên đường trước mặt métro nơi nhà thuê lần thứ hai, nhiều bạn ghé thăm nay đã qua đời như hs Đinh Cường, nhà văn Minh Quân từ VN, cựu dân biểu Nguyễn Hữu Chung, nhà văn Nguyễn Đông Ngạc...- Tiếng Chim, tên một bài viết của HĐN trong tác giả tác phẩm Chân Dung Thơ Luân Hoán.

"ÔNG TRỜI CON"

xưa kia làm chủ gia đình
mồ ma tháng tám thình lình tuột ngang
đến khi dọn đến nước sang
ta rớt tiếp tục cuối thang điểm đời

thực tế tạm bợ vậy thôi
nằm trên ăn trước vãn hồi tự nhiên
bởi không cần nắm rõ quyền
cái uy đích thực gắn liền nam nhân

không ham danh vẫn nam thần
giữ vai chủ tịch, khác quân tử tàu
cứ nhìn mỗi lúc đi đâu
ghế sau xe chỗ ngả đầu tựa lưng

vợ thành phụ tá tùy tùng
ngồi bên tài xế bởi từng đứa con
ngồi ghế dài ta thả hồn
theo thơ hay thả giấc ngon mơ màng

hôm nay mưa tuyết nhịp nhàng
ta ngồi bấm máy trang hoàng thơ chơi
không để tâm lắm sự đời
già hung làm một ông trời khỏe re
2024

CHẠY BÊN RÌA SÂN BAY TRUDEAU

không du lịch, không về quê ăn Tết
cũng theo con hí hửng lên phi trường
bỏ con xuống ngoài cửa quầy đăng ký
thấp thoáng bóng người qua những mặt gương

lòng bất chợt buồn buồn vô duyên quá
con sẽ "đi tour" một tháng nhiều nơi
dặn cố gắng ghé qua nhà ông nội
thắp thay cha ngọn khói nối mây trời

Tết sắp đến tin nhà qua từng bữa
vợ nghe đều đều ta vẫn vờ lơ
ứa nước mắt thắp cây nhang sáng sớm
cầu bình an thượng lộ chuyến giang hồ

con hơn cha ít ra trò chơi sảng
bốc đồng bay tùy thích nếu muốn đi
xa một tháng mẹ dặn dò tỉ mỉ
ta ngu ngơ thơ thẩn để làm chi

vợ sẽ trách cái gì cũng huỵch toẹt
thơ làm ra thay ăn uống được không?
"chuyện trong nhà chưa hay ngoài ngõ biết"
chôm đỡ câu này tự mắng để dằn lòng

đưa và đón tạm xem là đi vậy
đỡ bớt cái ghiền lẫn nhớ đó đây
cứ nghĩ đến ngồi xe lăn đổi chuyến
người mình chơi nhiều, chợt cụt hứng ngay

một cẳng rưỡi gắng đi thật vất vả
thôi ở nhà nhìn hình ảnh qua loa
còn quê quán xem như nằm trong dạ
lâu lâu gọi em cũng là cách thăm nhà
28-01-2024

NGẪU HỨNG TỪNG NGÀY

trước đây cảm thấy lỗi thời
bây giờ nghĩ lại tuyệt vời cuộc chơi
cõi riêng ta đường bệ ngồi
rung chân, tréo-mảy tùy hồi, tự nhiên

cõi thiên hạ chung, ta riêng
một chốn tự tại hồn nhiên đề huề
nghèo tiếng khen, giàu giọng chê
thói thường, thú vị cũng huề đôi bên

ngồi ta, ngồi vững? chênh vênh?
đều là một cách ngồi trên cuộc đời
ta trân trọng kính mọi người
nếu như ngần ngại đã không chơi rồi

quyết tâm giữ tốt cái tôi
trả ơn cha mẹ đất trời sinh, nuôi
ta dường như có cái đuôi
ta không thấy được, nhưng người nhìn ra

ối cha cha, ối chà chà
sống dai và được làm cha, yêu đời
nên chi buồn bã ngậm ngùi
thấy trước gần đến thì thời tay xuôi

vui à, ta tiếp tục vui
có em vuốt mắt nụ cười dễ không
mỗi ngày trăn trối một lần
để coi văn bản có vần mấy trang?

không chừng vượt trăm, đến ngàn!

2024

XEM NHƯ CHÍNH MÌNH VỀ THĂM

ngỡ như về lại Sài Gòn
xuống Tân Sơn Nhất bồn chồn ngó quanh
người đông, thiếu cặp mắt xanh
vắng bàn tay vẫy, chợt thành cô đơn

mắt lạ chiếu dọi dập dồn
run run ta bước tưởng còn tê chân
ngồi lâu nhen nhúm áo quần
tóc râu mặt mũi hẳn chừng lem nhem

vali tay kéo đi kèm
đơn sơ nhẹ nhõm chẳng thêm vật gì
tấm lòng tha thiết tinh vi
cất trong tim đập thầm thì hân hoan

đi chơi như thuở lang thang
có gặp ai đó không hàng họ chi?
về để xem thử những gì
đổi thay khác với từ khi ta còn

sống vui yêu quí Sài Gòn
thủ đô danh sánh một hòn ngọc xinh
ta từng là gã nhà binh
"défilé" dự chân tình oai phong

bây chừ quốc tịch cũ không
nằm sau tên họ trên dòng phải ghi
buồn sơ sơ, thấm béo gì
nỗi đau ngâm ngấm ra gì đấy thôi

than ôi ở chặng cuối đời
cội đau lá rụng khơi khơi xứ người
13g08 PM 29-01-2024

LỘI CHỢ

Maxi qua Super C
theo phò sát nút tóc thề ngày xưa
ta chừ ngày dư giờ thừa
đi chợ tìm hứng vẽ bùa ra bông

"trai khôn tìm vợ chợ đông" (cadao)
nhu cầu này, chừ ta không mấy cần
mỗi người vợ là mỹ nhân
người ta phụ tá cũng ngần ấy thôi

vào chợ, người đi bên người
lâu lâu cũng nói cũng cười chào nhau
hết chợ tây qua chợ tàu
gần Tết nguyên đán sắc màu lung linh

vừa đẩy xe vừa rập rình
thưa người bấm máy ghi hình khoe chơi
mỗi giờ còn qua trong đời
mắt mình ngó lại tìm vui qua ngày
30-1-2024

DẬY THÌ

tặng nhà thơ Nguyễn Ngọc Hạnh Đà Nẵng

mơn mởn thanh xuân em dậy thì
dậy thì thiếu nữ là chi chi
tôi thường nghe nói mà không biết
cơ thể em chuyển động diệu kỳ

tôi vẫn ngu ngơ thời hâm mốt
trai khờ bỗng chốc trở thành hư
gặp em mười mười bốn, mười ba tuổi
tự nhiên mặt ngờ nghệch lù đù

cái hơi trai gái kỳ diệu lắm
chớm dần những ngộ nghĩnh linh tinh
tôi quá dậy thì hồi mô nhỉ
mãi chẳng chi khôn khi gặp tình

chuyện của tình yêu không ai dạy
(thời xưa ở xứ đất Việt mình)
nhưng rồi đáo để không mấy chốc
ngó qua liếc lại có gia đình

*

năm nay nhận được tập thơ tặng
chưa đọc bài nào đã vẩn vơ
đề sách không hay mà khá lạ
nắng cũng dậy thì ở tuổi thơ!

chợt nhớ ra liền những sáng sớm
được đời âu yếm gọi bình minh
rạng đông tên thứ hai cũng đẹp
với nguồn nắng sớm dợn lung linh

màu nắng trong veo như mưa nhẹ
trăng trắng vàng vàng màu da ai
thuở nhỏ vẫn thường hay ngồi ngắm
từ đọt ngọn cau nắng chảy dài

nắng cũng xuyên ngang chùm lá mít
tàng lá tre xanh ửng đốm vàng
thì ra thời khắc linh hiển ấy
là nắng dậy thì chờ bước sang

một ngày ấm áp tươi đẹp mới
một ngày mở cửa mọi tương lai
một ngày báo hiệu nhiều triệu chứng
dậy thì tất cả chuyện ngày mai

ta cũng nhiều lần ngộ nắng sớm
giữa rừng vườn tược lúc hành quân
từng ngồi bó gối mông lung nghĩ
đoạn ngày tiếp theo làm anh hùng...

nắng dậy thì kia thường sớm dựng
thân lên nai nịt súng ngang hông
không ngưng trí nghĩ về sống chết
ưu tư nằng nặng trĩu rêm lòng

*

hiện tại ngày nào ta cũng đợi
bình minh ngã nhẹ mặt cửa gương
rạng đông gọi nhắc ta tập bước
nhưng nắng dậy thì có vẻ buồn

tâm ta đơn giản tình chất phác
dậy thì thuần túy thấy bấy nhiêu
những chi triết lý cao xa nữa
thật sự số không, khó đặt điều

đời vẫn còn cho ta sáng sớm
dậy thì của nắng xứ này đây
tuyệt xinh ngay trong ngày tuyết ngập
nắng sáng như gương bớt lạnh đầy

cảm ơn thi sĩ dùng từ đẹp
cho vùng chữ nghĩa gọi thi ca
thơ với đất trời luôn hội ngộ
trong giờ thanh thoát trải bao la
03-02-2024

CÚNG RƯỚC CHA MẸ

vĩnh biệt cha mẹ lâu năm
lòng con vẫn ấm hương hồn mẹ cha
mùi nhang khói quẩn trong nhà
con hít đầy phổi thở ra nhẹ nhàng

tiếng kinh Phật ru dịu dàng
một câu độc nhất nghiêm trang ngậm ngùi
cúng cha mẹ chỉ tới lui
chừng đó tha thiết ngọt bùi nhớ thương

thật tâm không thấy lòng buồn
nao nao một cách lạ thường vậy thôi
hoa vàng ngày Tết thật tươi
con trầm ngâm ngỡ cứng người mấy giây...
08-02-2014

ĐOÁN VÀ ĐỢI

sinh cuối năm Canh Thìn
vào tháng giêng 41
mất giữa năm Giáp Thìn
nhằm hai-ngàn-hâm-bốn ?

tử vi vài bạn chấm
có kết quả giống nhau
trùng khớp với tôi đoán
theo tuổi thọ cha, ông

hôm nay mùng một tết
nguyên đán năm con rồng
chờ thử tôi có chết
vào tháng 6 đến không?

*

tháng 6 tháng đẹp nhất
trên đất nước mới tôi
đất giàu hoa mùa hạ
nắng gió nhẹ thơm trời

có thể tôi nán lại
cho đến giữa mùa thu
mùa tôi dị ứng nhất
thích hợp để rút dù

tôi chờ không lo lắng
như đợi án tử hình
không cay cũng chẳng đắng
phải nằm ngủ một mình

mong rằng tôi không biết
mình độc hành cô đơn
chuyến đi không mục đích
được một lần ngủ ngon

*

vợ con yêu ta chớ
đọc bài này buồn ta
đầu năm mới nói gở
không phải vậy đâu nha

đây là phép ta ếm
trừ số rủi mạng ta
một cách cao tay đấy
lão làng chơi đấy mà

vợ hiền con cháu nhé
bình tâm vui Tết Xuân
nào cùng ta hỉ hả
nhớ nhau trong vui mừng
10-02-2024

DỰ TRÙ QUA TẾT

có gác bút đâu mà bắt chước
những người ngưng múa kiếm rửa tay
ta còn thoi thóp đôi hơi thở
nét chữ còn đeo theo tháng ngày

dự định nghỉ ngơi chỉ là ngưng bớt
chuyện ngồi chỗ này đứng góc kia
thú vui chường mặt cùng thiên hạ
có lẽ nay mai sớm đoạn lìa

đất rộng người đông không chen lấn
nhưng nhiều phổi thở cũng ngột hơi
huống chi ta đã người cao tuổi
bảo thủ cuộc chơi đã lỗi thời

chỉ viết cho ta nhưng vẫn viết
đó là cái thú vị kinh niên
chẳng thể gọi đây là cái nghiệp
phải sung sướng hiểu ngộ đại duyên
06-02-2024

GẦN HẾT ĐỜI TÍNH SỔ

đời ta ba phần tư thất bại
một phần tư tạm gọi thành công
phần này số đông người đều có?
đó là cưới vợ cùng sinh con

nhưng thử so chơi trong gia tộc
thì ta đây đứng chót bẹt hoài
vợ chỉ một cô, con bốn đứa
chia đều 2 gái cùng 2 trai

kết quả có phần hơi... hãnh diện
cứ xem là vậy cho oai đi
suy diễn nhiều ra e không tiện
cảm ơn đời nhờ hụt chân đi

hạnh phúc gia đình không sứt mẻ
buồn, không trọn vẹn đám cháu ngoan
tạ đời chừng nấy, ngày nhắm mắt
chắc đi sẽ đến được suối vàng

ba phần thất bại thẹn không kể
nhưng chẳng buồn nhiều, ngoài kết giao
ta trách chính ta hơn ai khác
già oằn cần câu vẫn tào lao

cuối cùng hiểu ra: ta nghèo bạn
hầu hết xã giao mức người quen
hè đến nếu may còn sống sót
nhất định mua về ít con chim

mặc dù có sẵn con không hót
có võ nhưng mà đã rửa tay
kiếm không cần gác, cần chuyện khác
đúng bậc nam nhi kẻ râu mày
08-02-2024

GIỖ NHẠC MẪU

mẹ thương con hẳn vậy
gần như điều đương nhiên
và mẹ thường vị nể
nhất là ngại làm phiền

con thì thương mẹ thật
nhưng chưa hề tỏ ra
với cha mẹ ruột thịt
cũng như vậy cơ mà

thương mẹ sự cao cả
lo đùm bọc đàn con
vốn thường làm khổ mẹ
chỉ nhẹ tay đánh đòn

mẹ người thật ít nói
chưa hề cãi vã ai
xuề xòa với tất cả
nhưng không mấy tin ai

mẹ ngồi nhà nội trợ
có vài người để sai
nhưng nhúng tay tất cả
vào mọi việc trong ngoài

mẹ thương người hơi quá
ai mượn tiền cũng cho
mười người năm người trả
không oán chỉ làm lơ

không ăn xài chi cả
mà mất tiền khá nhiều
nhưng số mẹ khá giả
tiền mỗi ngày vô đều

làm chủ vài ba chiếc
xe chở người, chở cây
sau chi tiêu mẹ giữ
cũng nặng nặng túi đầy

mẹ ít cho con gái
tốn nhiều cho con trai
giấu cất rồi bị mất
sau ngày ngủ giấc dài

chưa hề thấy mẹ bệnh
không thuốc, không nhà thương
mẹ đi trong chớp nhoáng
khi chuyện trò bình thường

đây là phúc mẹ hưởng
trời ban cho người lành
tuổi thọ quả có ngắn
nhưng cũng vượt xuân xanh

mỗi năm con gái mẹ
giỗ cúng nhớ khóc thầm
con thắp hương và vái
không van cầu chi trơn

cháu ngoại mẹ bốn đứa
ba đứa mẹ ẵm bồng
cúng thôi nôi, đầy tháng
trừ đứa út chưa trông

mẹ sợ đám "nhảy núi"?
đi trước ngày mấy thằng
tự xưng là cơn bão
phá nát đời sáng trăng

cháu trai út sau đó
chưa được mẹ nhìn qua
nhưng nó rất thương má
thỉnh thoảng nhìn ảnh bà

hôm nay ngày giỗ mẹ
sau Tết chỉ mười ngày
năm nào bọn con cũng
dứt Tết cuối ngày này

hôm nay con trực tiếp
phụ bếp cho vợ con
kể công một chút xíu
mẹ phù hộ chúng con

không vàng bạc đồ mã
đạm bạc thiếu món ngon
lễ vật cúng vẫn chỉ
nỗi buồn tận đáy lòng

bên nhà giỗ mẹ lớn
đông đủ nhiều cháu con
vợ con nhìn đủ mặt
nhờ phương tiện viễn thông

thú thật mỗi lần giỗ
con vô cùng xót xa
đoán những ngày sắp tới
hiểu rõ điều xảy ra...
20-02-2024

5 NGÀY TRƯỚC TẾT

mới chỉ ngâm chưa chọn cành cắt tỉa
mai trời ơi vội nở quá nửa rồi
hoa thì thật nhưng mà tên gọi giả
xác xơ nghèo còn bày đặt ham chơi

xuân với tết đến cùng hai con khỉ
lo gọi-là le lói chút rình rang
đám con cháu phớt lờ dù thừa biết
Tết vô cùng trọng đại ở Việt Nam

ừ cũng cúng, ông thắp hương bà vái
ngoài qua loa nhưng trân trọng trong lòng
năm mỗi năm qua đều đều như vậy
ơn mẹ cha che chở mãi thong dong

thơ quá dở vì tâm không cảm động
chuyện xa quê lâu lắc chẳng buồn vui
ngậm mứt gừng mấy tuần nay nóng cổ
bánh chưng nhai hương nếp ớn ợ mùi

Tết hưởng sớm và cuối cùng đến ngó
hầu hết ngôi chùa trong thành phố tuyết đông
đã ủy thác cho em xin xăm, lễ Phật
ta ngồi đánh hơi người, khói hương, trầm

lộc em hái tham lam dư vài trái
quít chua chua có dán sẵn câu vè
trăm năm qua những câu này cũng rửa
phục em luôn vẫn quí trọng săm se
04-02-2024

NGỘ RỒI, NGỘ TIẾP

định tiếp tục ngồi, chơi bình thản
bởi xét ra sức chẳng thua xưa
nghĩ tuổi đời trời cho khá bộn
đủ phong lưu các cái có thừa

thân thể nhỏ chứa vui buồn lớn
bệnh hiểm nghèo, tàn phế có luôn
bệnh thông thường một kho sưu tập
chẳng mấy ai sánh kịp đau buồn

*

kể từ đi xe đò chổng ngược
ngộ độc thức ăn suýt đi đời
mổ "sa đì" chơi luôn mổ "trĩ"
giẫm "ba râu" may mìn im hơi

đèo Bình Đê, Hải Vân từng ngã
vá hậu môn khâu cả khuỷu tay
cha mẹ sinh đất trời đỡ đẹp
tà tà sau nửa tháng mươi ngày

bệnh lắt nhắt "thương hàn nhập lý"
cảm mạo theo mùa, cộng "ho hen"
chơi cả bệnh Đặng Thế Phong chết
mà vẫn còn nguyên trên đất bằng

*

và hiện tại "ba cao" đã đủ
"một thấp" chưa, dẫu có chả sao
nhiều triệu chứng "ung thư" chi đó
phổi, tim, gan... bất cứ chỗ nào

trước khi chết đương nhiên sẽ có
luôn sợ đau, sợ chết chuyện thường
nhưng bệnh nặng bây giờ là... CHÁN
NẢN mọi điều vô cớ luôn luôn

*

bực trong bụng, nặng đầu suy tính
dừng hẳn chơi mang tiếng tào lao
từ báo đất, đến vài trang ảo
dẹp hẳn luôn học đòi văn thơ !

dành thời gian ngồi chơi kì đất
trên thịt da vò lại thành viên
không cứu người như ngài Bố Đại
thì cứu cây cỏ lá thiên nhiên

*

nghĩ quá dễ, làm sao thực hiện
vượt được ghiền, được nhớ vô biên?
làm việc chi trước thời rã xác
với tinh thần tỉnh táo còn nguyên?

có nhiều lắm, hình dung ra được
lực vẫn tòng tâm, sao chán lạ lùng
nhìn từ em, bạn bè, người lạ
thấy xa lơ xa lắc... vô cùng...

*

và rốt cuộc tạm lê đường cũ
vờ lăng xăng cho có mỗi ngày
giá nước nào tuyển ta ra trận
dẫu chần chừ, cũng giải pháp hay

*

nhưng cái chết ta riêng đã thấy
mặt úp bàn, khoảng trống trên lưng
ta chết ngồi nhưng không ngó thẳng
gió không lay, không gian dửng dưng
04-02-2024

NĂM NÀO TẾT CŨNG ĐI CHÙA

1. Quan Âm

chùa không đón khách ghé chơi
tìm không ra chỗ tạm ngồi chờ em
trở ra xe vẽ bùa lên
giấy thừa chỗ trống lem nhem mấy hàng
trời nắng đẹp, lòng nhẹ nhàng
vừa thấy Phật tượng rõ ràng từ tâm.

2. Huyền Không

chùa rộng đạo hữu không đông
chỗ ngồi thoải mái lòng không đậu vần
cảnh chùa thân mật bình dân
quay phim chụp ảnh gần gần nhà riêng
câu nam mô tụng tự nhiên
tiếng vui hơn giọng thường xuyên não nùng

3. Địa Tạng

diện tích chùa hơn bàn tay
vừa qua khỏi cửa gặp ngay quầy hàng
chen dừng chân chớp vội vàng
vài giây hình ảnh cảnh quan lòng chùa
Phật tượng lớn đứng bên ngoài
thôi ra dang gió xin ngài phúc ban

4. Đoán Chừng Chùa Khác

các chùa không viếng năm nay:
còn bốn năm mái đông tây ta bà
Trừng Giới gần, Tổ Đình... xa
Tam Bảo tương đối... Liên Hoa ngút ngàn
chùa nào không có khói nhang
người đến cầu phúc bình an lót lòng

5. Vài Hình Ảnh Trên Đường Đi

Jean Talon, đường bồ câu
dừng, chạy liên tục, quá giàu đỏ xanh
hôm nay nắng ấm ngon lành
chim lượn hơn đậu vòng quanh mái nhà

qua khu Do Thái tà tà
ngắm trang phục lễ diện qua cuối tuần
vành mũ tròn rộng ngỡ chừng
bầu trời thu nhỏ lừng lừng đội đi
10-02-2024

MỖI CUỐI NĂM ÂM

không bán mua gì như thuở xưa
cũng cúng tất niên sau mấy ngày
tiễn ông táo vắng một tuần lễ
cỗ bàn theo thực đơn thời nay

rồi rước ông bà, ông táo luôn
thổ địa thần tài luôn sáng hương
mùi nồng nhột mũi, phòng con đóng
cửa kín chơi game tỉnh như thường

chợt tưởng đến khi ta nhắm mắt
vợ hiền đương nhiên cũng ra đi
bàn thờ hương khói này hẳn mất
tủ thờ hôm nay thay cái chi?

chợt ngộ điều gì trong lòng lạ
không buồn còn cảm thấy vui vui
nhà sạch hơn ra nhờ chợt rộng
dẹp bớt ảnh tranh theo với người

*

rồi ba ngày tết tuần tự tới
sáng sớm mùng một ta ra đường
nhưng chẳng xuất hành mà chỉ đứng
ngó trời thấm lạnh tới tận xương

một chặp rồi vào gọi đạp đất
một năm an bình nhiều khi hên
mạng ta vốn vững, người mau mắn
mọi sự mỗi năm có hướng lên

vợ cúng ta mở kinh thu sẵn
một câu duy nhất tụng "nam mô"
văn hóa Phật ta chỉ chừng ấy
thua Thích Pháp Hoa tận mấy bồ

pha nước rót trà ta phụ việc
cũng vái xin keo vợ bảo làm
ta ngoan hơn cả một đồ đệ
dù áo không nâu cũng chẳng lam

vật cúng vợ chọn theo ta thích
không gà không cá chỉ heo quay
xào thơm rau cải nhiều hành lá
xôi chè vài loại đủ sáu ngày

ta sẽ từ từ dù kiêng ngọt
bởi bốn đứa con đều ngó lơ
nội, ngoại chín đứa con tụi nó
cũng đồng thanh gọn một âm "no"

phá sản truyền đời ngay chuyện nhỏ
chuyện to, không có đáng chuyện nào
ngoài vốn trò chơi ta lẩm cẩm
ngay bây giờ cũng đã tào lao

*

cuối năm thưa thật thành nói giỡn
đùa với ai đây, với bóng mình?
bóng ngã sau lưng đèn phía trước
thừa cái buồn khang tự rung rinh
09-02-2024

VỤN SỐNG HÔM QUA

hôm qua chúng tôi ra đường
hai người một cặp bình thường có nhau
đi đâu? đã biết đi đâu
ngân hàng, ghé chợ, đổ xăng rồi về

một tay vợ đảm chỉnh tề
tôi như cái bóng không hề động tay
chia phần này đã lâu ngày
chút áy náy chợt bỏ ngay khỏi lòng

tôi tin đây là số đông
quí chị gần hết cưng chồng như nhau
cái đám được gọi mày râu
rất là tầm gởi, lâu lâu nịnh đầm

tuyệt vời hai chữ sắt cầm
vợ chồng hòa hợp đồng tâm, khỏi bàn
bí chuyện nói, tôi viết xàm
để chưng clip chào hàng các con

thứ năm, thứ sáu tôi còn
giữ tay lái chạy mua bông, tặng quà
làm tóc (đều ngồi nhẩn nha
ngoài xe đợi, sẽ qua loa vẽ trời)

trời đây, hầu hết là tôi
cảnh sắc, không khí, chút đời thoáng qua
cái hạn hẹp của tuổi già
lạ kỳ vẫn thấy bao la vô cùng.
07-02-2024

TỨC MÌNH SINH THƠ

ngẫm ta: thỉnh thoảng ba trời.
đôi khi ba phải, vài hồi ba nhe
xớn xác bộ tịch so le
nối BA CHÂN đủ lè phè bước chơi

đường đi đường tiến đường lùi
tạm gọi chung được đường đời như ai

việc chi cũng làm lai rai
khi nhiều rã rượi nằm dài ngáp suông
than buồn là chắc chưa buồn
đủ độ để tự cáp duồn mình thôi

ngày cùng Qúy Mão sắp rồi
đụng đầu năm tuổi có hơi e dè
tìm không còn chi để khoe
sáng viết ít chữ màu mè thường xuyên.

ta cấp phép ta đủ quyền,
yêu đời một cách tự nhiên đến già
năm nay vẫn còn chưa qua
một trăm tuổi thọ vẫn là thanh xuân.

lục bát viết không có cùng,
nhưng thôi tạm nghỉ, mặc quần áo vô
bảnh mắt rồi, ngó đi nào
trời trong mây đục gió vô hiên ngoài...
05-02-2024

30 THÁNG 3 MỖI NĂM

giả vờ quên trớt tháng ba
suýt nữa quên thiệt tháng ba có gì...

cuối tháng - quên? - có dễ chi
ngày sinh trưởng nữ nhu mì của ta

vẽ mấy chữ thay hương hoa
gởi chúc con gái:
                    vui nhà cửa luôn
mỗi ngày sinh hoạt bình thường
cả nhà bốn đứa yêu thương luôn giàu

má Lý cùng papa Châu
ba cặp em, hẹn gặp nhau mùa hè
ba tuần nắng không tiếng ve
vang tiếng hạnh phúc hát bè cùng nhau

30-3-2024

"DÀI LƯNG TỐN VẢI ĂN NO LẠI NẰM"

lười ta là bệnh kinh niên
nhưng lười tùy chuyện và siêng cũng nhiều
ta lười một cách đáng yêu
và siêng được kể như siêu phàm trần

lười ta không giống cổ nhân
ta siêng theo kiểu thánh thần xưa xa
tổng quát vậy, không kể ra
ngại đời khó tính lầm ta phân trần

là người rất mực bình dân
lưng dài em nói có phần hơi sai
bởi bàn toạ khá sơ sài
mỏng mảnh không giống chân dài quí nương

ăn no thích ngồi ngó đường
không nằm dù chiếu trải giường có em
(bài thơ này khó đặt tên
mượn câu xưa viết phía trên phủ hồn)
05-3-2024

NĂM THỨ 45 ĐỜI VẮNG BA

suốt thời già yếu của ba
con không giúp được ba qua nỗi buồn
còn mang thêm về vết thương
tàn phế da thịt má ba sinh thành

cúi mặt nước mắt cam đành
vỗ vai ba nghẹn lời dành dỗ đau
sống rồi, không có sao đâu
sống rồi, con sống... nhiệm mầu đó con

*

tóc già nghiêng nối tóc non
hai-mươi-tám tuổi chưa tròn thanh niên
đời ba nặng nỗi ưu phiền
con chưa một phút làm yên lòng già

rồi ba lặng lẽ đi xa
không nằm bệnh được đủ qua một ngày
nhà, bệnh viện mấy sải tay
mà không giữ được dòng mây phiêu bồng

bấy giờ con hiểu trong lòng
gia tài quí nhất đã không còn rồi
mất lưng ba, chỗ con ngồi
vai ba, con thẳng chân hồi ấu thơ

đến đâu ba cũng lận vào
lưng quần thằng bé cơ hồ gió bay
ba làm thơ, con chép thay
con làm thơ, ba mở tay xoa đầu

cha con ta luôn gần nhau
ngay khi con lội đâu đâu vườn, rừng
thư ba nhắc nhở dặn chừng
lá thay lá nhận ung dung làm bùa

con may chưa bị chịu thua
nhưng rồi thua thảm khi đưa ba cùng...
kỷ niệm là thứ mông lung
hoài nhớ nhắc lại tứ tung đuôi đầu

*

con chừ ở tuốt Mỹ châu
ba thỉnh thoảng ghé giấc sâu con nồng
vẫn như xưa, một lão ông
chững chạc từ tốn thong dong rất là

một ông già chưa muốn già
nên con bắt chước tà tà lâu nay
còn một năm nữa con đầy
tuổi thọ ba đạt trước đây, cao rồi

có lẽ con cũng đi thôi
giỗ ba năm tới khó ngồi bên hương

*

làm sao viết ra không buồn
con ứa chút chút giọt sương cuối đời
má có đó không ba ơi
câu kinh trong máy cứ trôi vô tình

tin đời luôn có hiển linh
bởi tôi có thật trong mình thương yêu...

27-3-2024 (18-2- âm lịch)

LẠC QUAN

không là bách cũng chẳng tùng
biết đâu Bành Tổ không chừng đợi ta
thọ bằng ngài chắc chắn già
và thời khắc ấy còn tà tà vui?

mấy cụ vượt bách niên rồi
gia tăng đáng kể trong thời buổi nay
bạn ta tuy chẳng đông đầy
nhưng còn thiếu những ngón tay đếm mà

bọn họ đều trội hơn ta
tứ khoái còn đủ khề khà hưởng vui
ta thua thiệt mất một đùi
nhưng chưa ngã ngũ cắm dùi trồng thơ

ngày ba cây số ngon ơ
tháo mồ hôi hột hít vào thở sâu
mỗi ngày vẫn phải cạo râu
lười biếng một bữa em đau la làng

đời vui như một thanh quan
dư người sai vẫn tự làm khoái hơn
miệng mồm không giỏi ba lơn
cà tửng chữ nghĩa vẫn còn ba hoa

hoa hậu vòng một hai ba
ta thêm vòng bốn mới là mục tiêu
nguồn gốc chính của tình yêu
mà ai cũng ngại nói liều như ta

nước này ta thật khó già
kỷ lục Guinness chờ ta đổi đời
nói trước dễ bước như chơi
ngoại trừ ta chợt ngán đời, bỏ đi

2024

LINH TINH VỀ CÁ NHÂN MÌNH

vài tuần buông bỏ làm thơ
sức ăn xuống thấp khù khờ hẳn ra
nhập đồng lại ngày hôm qua
miệng nhai liên tục chữ sa bút đều

*

khoe ăn, em bảo vì nghèo
khoe tài vặt, dặn thả neo cầm chừng
độ này em thường sửa lưng
thường mua cho áo còn quần lơ mua

hỏi em, nhắc: cõi dưới thừa
đồ sịn chưa đụng đếm vừa hai tay
đồ bụi sáu túi lâu nay
lười lây lất chạy xếp đầy sáu ngăn

phần cứng họng,. phần tập quen
Quảng Nôm bỏ cãi vì rằng Quảng Nam
khi lấy vợ vì mê nàng
không ngại quá bé, chừ ngang cơ rồi

chồng xem vợ: bạn cùng chơi
vợ xem chồng: món nợ đời phải mang
vẫn người tình, dẫu nồng nàn
chỉ trong lời nhắc nhẹ nhàng ngắn đi

*

ồ , đang gõ bậy bạ chi?
đầu tử tế, đuôi kỳ kỳ - quen tay
hôm nào không ngồi cả ngày
em bấm chuông hay bưng ngay tới bàn

mừng ta cả đời làm quan
so thời phong kiến còn sang hơn nhiều
được mẹ sinh cùng một kiều
kiều chị đi sớm, em bọc điều thương

lòng em kho sản xuất hương
nhưng lười biếng thắp khói buồn quẩn quanh
thơ em là những nhánh cành
từ tâm thể mọc bất thành văn chương

hiểu em phải đủ bình thường...

20-4-2024

MỊ KHI HÔM

uống hai viên thuốc ngủ
vẫn thức giấc hai lần
mị thấy nằm bệnh viện
không một ai tới thăm

khi về thấy trước cửa
thùng lớn như quan tài
hồi hộp mở một góc
gặp thân thể nằm dài

mở rộng hơn một chút
hóa ra tượng Phật Bà
con thỉnh từ Đà Nẵng
hôm nay mới đến nhà

tức thì tỉnh ngủ hẳn
bần thần nghi lẫn ngờ
người đồng lứa lũ lượt
rủ nhau vào hư vô

lẩm cẩm đếm trong trí
thì ra người còn nhiều
hơn thua mình vài tuổi
vẫn sống giàu tin yêu

yên tâm chưa tới số
phải sống để chia buồn
phải sống để đưa tiễn
nghĩa vụ này khó buông

huống chi đến mức chết
còn chín tháng nữa mà
không chừng được gia hạn
khi tỉnh trí ba hoa

ăn nhiều bù ngủ ít
lững thững đi trong nhà
thỉnh thoảng lái xe chạy
kiểu thể dục tà tà

không chán không tức giận
tập được lâu nay rồi
vẫn ngắm ảnh nhân nữ
tâm sạch trí thảnh thơi

thơ thẩn kiểu lấy được
chín mười phút một bài
dù sự thật bế tắc
không tân kỳ đề tài!

9h32 AM. 21-4-2024

THĂM ANH CHỊ SONG THAO

vào nhà đeo kính mát
đâu khác chi đã mù
thật tình đang muốn giấu
đôi mắt sang mùa thu

mùa thu mùa màu sắc
ẩm ướt hơi sương mù
vật thật đẹp như ảo
vẻ nào cũng phù du

nhớ xưa sau đổi chủ
kính râm dạo nắng trời
bị chận lại hỏi giấy
buộc tháo kính, nhận thù?

nhớ nay (không lâu lắm)
bạn văn chê lù đù
kê chuyển nghề thầy bói
phới phới ta cười trừ

hôm nay gặp bạn tốt
cảm thông mắt lừ đừ
còn rũ chớp tấm ảnh
đúng ý, không chối từ

hai thằng chưa già lắm
nếu tính bằng thi thư
cả chuyện khoái bãi tắm
xem chừng cũng còn dư
25-5-2024

CHÙI RĂNG (1)

tẩy trần chuẩn bị chùi răng
năm năm qua bỏ thói quen được chà
từ ngày em gác tay hoa (2)
làm ra cơm áo cửa nhà thay anh

hoan hô "phóng, giải" ngon lành
giúp lọt lon tướng nghề "hành" hiền thê

ta một nghề thành nhiều nghề
(may chỉ ít tháng rồi về nghiệp xưa)

thói nhàn nhúc nhích đẩy đưa
ba phần tư kiếp nắng mưa quê người

*

nhớ o nha sĩ tươi vui
đèn soi đầu kéo sát người hơi thơm
tóc ta như đám ổ rơm
từng ngọn ngủ gục chờn vờn chiêm bao

rò rò tiếng máy chạm vào
mặt răng cảm tưởng như hao hụt gì
hai tay không biết làm chi
ấp nhau trên bụng không di động nào

*

đó là chuyện của năm mô
năm nay đang tắm sơ sơ đầu ngày
trời thiếu nắng, nhẹ gió bay
ngày tương đối đẹp, ta đây thế nào ?

hà cớ chi lo vu vơ
y như là sợ vết dơ ngậm hoài
răng còn mấy cái, chờ coi
nha sĩ sẽ phán... có bài điếu văn?

27-5-2024

1. chi phí chính phủ tài trợ
2. chấm dứt bảo hiểm sau 30 năm khi về hưu

TIỄN BIỆT VỘI TRẦN HOÀI THƯ

biết tin, vội nhắn bạn
ngày 24 vừa qua
thơ thẩn dán trên mạng
bạn không kịp đọc à?

hôm nay bạn hạ xuống
cánh cửa đời riêng rồi
tôi còn chưa in kịp
"hạ cánh... ngộ cái tôi"

thôi bạn cứ đi trước
vài năm hay nửa năm...
tôi có hẹn bác sĩ
ngưng bút, thở khói trầm
27-5-24

MỤC ĐÍCH

người ta đi đông đi tây
riêng tôi lững thững mỗi ngày đi lên

lên tuổi thọ, lên cõi trên
tôi vững từng bước giữ tên tuổi mình

bởi mẹ cha thuận qui trình
tiến triển của một cuộc tình có tôi

thân xác tôi từ hai người
quyết không thể sớm bốc hơi khỏi đời

quan niệm thành đạt con người:
"con hơn cha" mới hợp thời thành nhân

tôi thua cha tôi nhiều phần
chỉ còn tuổi thọ quyết tâm vượt người

84 tuổi sống cha tôi
cần hai năm nữa để tôi hơn người

được không đây sức khỏe ơi
các bạn dịch bệnh giúp tôi với nào

sáng ra phủi giấc chiêm bao
rồi rộng mắt ngó trời cao cửa nhà

thương mến ngó mọi người ta
và rồi sau đó nhìn qua chính mình

không hiện sinh chỉ hiện tình
tình bao quát vũ trụ hình ảnh chung
1-6-2024

THĂM NIAGARA FALLS HÈ 2024

mươi lần lạng quạng đến đây
thiên nhiên có chút đổi thay mơ hồ
cảm tưởng thác bớt ồn ào
sông như ngắn lại hay sao, thấy gần

áo vàng ta mặc một lần
áo xanh bốn bận vui chân theo tàu
bọt nước tung ướt tóc râu
mặt mày tươi rói ngỡ hầu thủy cung

*

lần có nhạc phụ đi cùng
ta ba hoa kể lung tung thác này
từ chuyện những con chim bay
bên kia Mỹ quốc không hay ho bằng

nói bừa như cuội cung trăng
trúng trật trời nước chẳng nhăn nhó gì
ta chơi thơ khá chính qui
viết thiếu hồn vía phương phi thác này

*

cũng từng ngủ đêm lại đây
thiên nhiên màu sắc người bày đặt thêm
toàn thế giới tới đây xem
giọt tình tùy hứng đong lên cõi tình

hẳn cũng đã được tượng hình
ước gì có giấy khai sinh rõ ràng
thật tình ta cũng rất ham
tiếc thân quá date chuyện phàm tục xa

*

miệng ngại không dám ba hoa
ngón tay điệu nghệ tài ba vẫn còn
lần này đến với cháu con
bầy đàn tôn tử đã khôn hơn mình

bước chân ánh mắt vô tình
chung quanh du khách ảnh hình khác xưa
con bắt chụp ảnh búa-xua
tội nghiệp bản mặt già nua cố cười

*

tình vui mà lòng kém vui
dạo ngó chút đỉnh rồi ngồi ngó sông
áo xanh chừ thay đỏ hồng
đường bến xây lại bê tông phẳng lì

cây cầu qua Mỹ chỉ đi
nửa chừng rồi rút tay tì lưng xoay
thác vẫn sinh động nước bay
những năm sắp tới thác này ra sao

*

Niagara Falls xin chào
vĩnh biệt sớm nhé, mong thao thức hoài
tạo hóa sinh, nuôi sống dai
thân người bệnh lão một mai tàn đời

còn sống gắng biết vui chơi
tùy theo tâm thức yêu đời lai rai
trận bóng tranh cúp còn dài
dựng iphone ngó, ngồi dai hơi kỳ

uống thêm một ly nữa đi
cà phê thấm lưỡi đôi khi xuất thần
vài câu nói không điệu vần
ngây ngô lột hết bần thần chợt vui

*

vợ hiền lẫn trong đống người
chợt về ra lệnh rút dù, đi ăn
phở Queen thay tạm phở Bằng
một ngày sắp hết, bon chen sắp dừng

ôm cháu chia biệt rưng rưng
trong lòng rấm rích vỗ lưng cháu hoài
cháu nội gái cháu nội trai
ông chết nhớ ngó quan tài ông nghe

*

lừ đừ đổ gục trong xe
tràng ho dựng dậy khó che nỗi buồn
bày chi nỗi nhớ niềm thương
ta từng đi bụi vô phương hững hờ

nguồn thơ dân tộc tình cờ
nuôi ta và đến bây giờ cứu ta
phân thân nguyên vẹn miễn là
linh hồn chữ nghĩa mặn mà bao che

LH-9h45AM- 19-7-2024

CHẠY "RODA"

hôm nay con chạy roda
tận phi trường Ottawa gởi chờ
một tuần đến Vancouver
cùng nước, xa lắc xa lơ nơi mình

quốc gia hình như đủ xinh
và khá dư giả thân tình người ta

sở dĩ phải chạy hơi xa
vé bay nơi ấy đúng là nhẹ hơn
tiền gởi xe cộng gần tròn
Montreal bán nhưng con cho là

luôn tiện làm cái roda
"su ba rù" coi thử điệu đà có ngon
ừ thì hè nghỉ thong dong
xa gần miễn có vợ con cận kề

con không quen chạy rề rề
coi chừng ticket gởi về đó nghe
19-7-2024

NGỦ Ở MISSISSAUGA GHÉ PHỐ TÀU NGÓ NGƯỜI XA MƠ HỒ

cõi đất Mississauga
trẻ trung phố thị bao la ngã đường
đất đến mộng, đi vấn vương
nắng mưa luôn có mùi hương riêng vùng

tôi từng ăn ngủ nhiều tuần
mỗi năm mùa ấm tưng bừng gọi tôi
đến đây luôn thảnh thơi ngồi
rồi thong dong đứng nhìn trời đi quanh

*

ngôi nhà như vẽ trong tranh
hư hư ảo ảo, vườn xanh bọc ngoài
trước cửa đóng, then sau cài
hoa cúc hé đợi hồng gai nở cùng

tay hai bàn chéo sau lưng
học người xưa giống lừng khừng theo thơ
thật ra đang đợi đến giờ
em tôi về chở nơi nào đi chơi

*

phố Tàu nho nhỏ thường mời
thả mắt bao quát khi ngồi cà phê
đám bồ câu hoang cùng về
quẩn chân chờ đợi tỉ tê chuyện gì

*

đời không mách trước điều chi
nhà bán vội vã, Hoa Kỳ em sang
bỏ trôi mất giọng khàn khàn
của Từ Công Phụng miên man ươm tình

hơi Nhật Ngân thắp điêu linh
vào trong nốt nhạc gợi hình ảnh xưa
(thua rồi, bè bạn ta thua
vành môi hâm nóng nguội lòng gió bay)

*

chân xuôi theo ý về đây
nhớ Bắc Phong, gặp đám mây u hoài
sớm mai chợ chưa có ai
đi quanh mong đợi hoa tai nhà người

ngỡ như môi cũ khẽ cười
quán ăn cửa sắp mở ngồi hiên trông
chợt mưa thả sợi dây trong
ngửa bàn tay hứng thong thong ngón mềm

lạ kỳ mưa giúp nhớ em
em xa lạ với em bên lưng gần
điệu ru nước trời lâng lâng
chủ quán hé cửa vui trân trọng mời...

LH- 0h25 AM 20-7-2024

LA CHUTE MONTMORENCY QUÉBEC

ngao du chưa đáng mặt
giang hồ thiếu phất phơ
vắng đám con cùng cháu
lộ nguyên khối khù khờ

mùa hè thường xê dịch
ngó râu ria đất trời
đi không chơi nhúc nhích
sàng khôn nuốt không trôi

đi là cơ hội nhớ
những gì đời gặp qua
dĩ nhiên không chính bản
chỉ na ná thời xa

*

chuyến di thăm "La chute -
Montmorency" này
không xa không gần lắm
đến về ngay trong ngày

cảnh trời có chỉnh sửa
thêm phương tiện ít nhiều
vẻ hoang sơ còn giữ
dáng thiên nhiên đáng yêu

cũng từng bước tam cấp
ta chưa thua lắm người
cũng cáp treo kéo xuống
trở lại cùng cuộc đời

không chụp nhiều hình ảnh
lắt nhắt bấm ghi hình
tuổi già chỉ giữ dạng
phơi mặt đời thất kinh

*

lần này không mua mũ
cùng móc chìa khóa chơi
"souvenir" một chiếc
phi cơ không lên trời

mình sẽ bay thay nó
khói nhập mây mấy hồi
không biết có quá nóng
sợ sợ cũng chịu thôi

chuyến đi này độc diễn
thoáng nghĩ đã thấm buồn
Tào Tháo tìm đủ cách
cũng biệt tích tăm luôn

mình cũng đành theo ổng
là định mệnh con người
biết đâu chuyến đi cuối
mới đích thực đi chơi

LH- 6h01, 22-7- 2024

MỘT GÓC PHỐ QUÉBEC ĐÊM CUỐI TUẦN

không khác Montréal
mùa hè phố Québec
cũng lắm tụ điểm chơi
nhìn chung vui ra phết
đêm cuối tuần ngoài trời
lạc quan luôn trên hết

bụt nhà không thiêng mấy
hay sao qua láng giềng?
hoàn toàn không như thế
lại phải gọi "tùy duyên"
nhân ghé thăm "La chute"
dạo phố chuyện tự nhiên

*

rõ ra không mấy khác
những gì từng ngộ qua
có chăng giàu sắc tộc
khoái trùm khăn tóc hoa
và tăng thêm sắc Ấn
thời ta gọi "chà-và"

chúng tôi cũng chỉ dạo
Petit Champlain
phố cổ nằm gần sát
Saint Laurant êm đềm
vừa đúng lúc biểu diễn
giữa gió cùng nổi lên

*

những giọt mưa nho nhỏ
rụng ướt mặt bất ngờ
chen người vào nhà cảnh
nghe mưa hát rì rào
dòng sông chảy dưới thấp
như tuồng cũng nôn nao

tôi nhìn giàn súng cảnh
thần công không quá xa
nhớ Bách ngồi chụp ảnh
mấy chục năm trôi qua
cảnh cũ chưa thay đổi
lạ thật tôi quá già

*

khi đi lại ngã đến
định ghé nhờ vẽ hình
sáu-mươi-lăm đô một tấm
cũng nghệ thuật thần tình
trực nhớ mình quá date
lủi thủi đi làm thinh

cả ngày chỉ ăn vặt
chạy tìm quán Việt Nam
qua chỉ dẫn trên mạng
gặp được, không đủ bàn
đành thôi theo sắp nhỏ
McDonald's bên đàng

*

những cuộc đi lụn vụn
làm thêm du lịch thêm
tiếc cả đời chưa có
chuyến đi nào xứng tên

LH- 8h10 AM, 22-7-2024

HẤP HỐI

hấp hối là thở hắt ra
mươi hơi rốt ráo thiết tha níu đời
tâm buông nghẹn không ra lời
nhạt nhòa nhân dạng đãi bôi thật thà
quên tất tần tật xót xa
kéo hơi thở cuối mỏng ra dần dần...

*

dĩ nhiên không ngẫm bản thân
hay bi quan kiểu phân trần thở than
mà chính nhờ thừa lạc quan
dám gợi hình ảnh dạo ngang cuối đời
ai không từ giã cuộc người
thử ghi trọn vẹn cuộc tôi mới là:

một người tuyệt đối ba hoa
về cái riêng, gốc (người ta khiêm nhường)
tôi thì không, hoạt cảnh luôn
cái giây phút cuối diễn tuồng ra sao
chắc chẳng sai biệt là bao
nếu sai, đính chính tiếp vào kiếp sau
11-7-2024

XEM NHƯ BIA MỘ

sách nửa trang, sách ngàn trang
vài ba năm trước lang thang tìm về
cục đá phẳng mặt một bề
hứng ý nắn nót tay đề ngũ ngôn

bốn câu vụng cõng linh hồn
thay bia mộ đặt khi chôn xác mình
đoán khói thiêu chắc không linh
(bay đâu không biết u minh tan liền)

ra đời là một nghiệp duyên
tham lam mơ chuyện đọng riêng ảnh hình
mang ơn cha mẹ dưỡng sinh,
trót mang danh tính theo mình vui chơi

bây chừ sắp dứt nguồn hơi
hiểu ra vô nghĩa một đời ba hoa
thử ghi lên đá gọi là
một cách tạ tội khi qua kiếp người
11h37 PM & 5h08 AN

Bút danh hồn cha mẹ
ấm áp mộ bia tôi
một đời thơ đọng lại
trong chữ ký vọng trời

(viết trên cục đá nhỏ)

VIẾT CHƠI KHI NGỒI Ở CLSC MONTREÁL NORD

thói quen thường ăn khuya
đầu đêm qua nhịn đói
ngồi đợi chờ gọi tên
bụng kêu như ai nói

“thử máu", tên "thường niên"
đúng sáu tháng một bận
mọi năm đều bình yên
năm nay còn chưa biết

tự hiểu sức khỏe mình
chưa có chi quá kém
chưa thấp, đủ ba cao
(vẫn ở mức ổn định)

*

tôi là thằng nào đây?
biết là ai không hả?
đáy bùn chưa sa lầy
vẫn trên mặt ghế đấy!

tuổi đang độ tám-ba
còn hơn bốn tháng nữa
sẽ đụng đầu tám-tư
còn phần ba chất lửa

với thân tình người quen
lời chúc là thuốc bổ
nhìn đọc như uống ăn
còn thừa sức ngổ ngáo

*

cảm ơn đời ơn người
đang thời chờ hóa bụi
bụi tôi sẽ trổ bông
dẫu chỉ hoa thúi địt

(quả thúi địt màu vàng
hoa thúi địt trắng đỏ
cây còn tên mơ lông
lá hai mặt xanh tím)

thơ cần viết ngu ngơ
càng dông dài càng tốt
tùy thời gian ngồi chờ
làm chim ngậm tiếng hót

tên mình được xướng lên:
- Mr. Le   (dễ đọc)
gấp tờ giấy túi quần
mấy bữa nữa vui, khóc?

LH - 9h42 AM 20-82024

THÊM MỘT SỚM MAI AN BÌNH

đèn soleil vẫn còn chưa tắt
chưa sáng nào dậy sau bình minh
lai rai mưa không gian đen đậm
hiên bên kia đã thức như mình?

và chắc có nhiều người thức trắng
dễ như ta chập chờn chiêm bao?
thức sáng đêm thường làm gì nhỉ
thực hành tình yêu? vẽ vời thơ?

đời vẫn qua từng đêm thật đẹp
thế giới vài nơi hiện trong bản tin
kim đồng hồ đi theo quả lắc
những vòng tròn lặp lại hồn nhiên

mỗi phút sống không hề vô vị
trong khi đi thường nghĩ bao điều
những vụn vặt vô cùng lộn xộn
giữ đầy tâm những lượng thương yêu

chuyện lát nữa hoàn toàn chưa biết
nhưng vững tin sống thêm một ngày
và sống tốt nếu không buồn giận
trước những gì có thể không hay

tìm ý mới dạy mình, không có
sáng đầu ngày ngỡ rất giống nhau
mà có lẽ hình như đều khác
giống, khác, chi tuổi thọ cũng giàu

giàu một bữa một tuần một tháng
thành một năm nhẹ nhàng dễ thôi
vết thử máu hết sưng thành tím
vết bầm đơn sơ thêm đẹp đoạn đời

7h14 AM, 26-8-2024

ÔNG BỐ DẠI

là người chồng bình thường
như đa số đàn ông khác
không điểm nào đáng buông
lời dẫn chứng chững chạc

nhưng rõ là người cha
đã tuyệt đối thất bại
ngượng nghịu khó vẽ ra
chân dung ông "bố dại"

(tên gọi nghe trùng âm
Bố Đại Phật Di Lặc
ngài không dám làm chồng?
như tên viết lắt nhắt)

nhắc nhớ nhiều mủi lòng
những đứa con trời tặng
làm thẹn cánh đàn ông
ngay cả chuyện chè-chén

biết vậy đành vậy thôi
không sửa, chán bào chữa
xin hứa kiếp sau đời
cố gắng không từa tựa

đỡ phải mất lòng ai
tâm mình cũng yên ổn
tu khác kiểu thầy chùa
không ngộ nào cần đốn

LH- 9h14 PM, 11-9-2024

15 PHÚT DÀNH CHO THƠ SAU 6 NGÀY KHÔNG GÕ

tặng Lý, vợ hiền

nhiều năm trước cuối thu ta than thở:
"sẽ không qua trót lọt đông năm nay"
rồi gió lạnh tuyết rơi trùm chốn ở
suốt mùa đông cũng đi đứng từng ngày

lạnh của trời thua lòng người sưởi ấm
dẫu run run cũng không đến lừ đừ
đã lắm lúc một mình mở lối tuyết
lái xe rong qua phố ngắm tiểu thư

chạy trên tuyết hóa ra thật thú vị
trên ba mươi năm hai lần bị xe trôi
không hề hấn xế, người còn nguyện vẹn
lại thong dong chạy ngắm nhan sắc đời

tuyết lúc bay, khi rơi đều đẹp cả
so với mưa hơn hẳn bốn năm phần
không gian trắng chia đều cho vạn vật
riêng con người dành đủ đầu tới chân

khi có tuyết, thường cúm mùa chấm dứt
căn bệnh này ta là bạn thâm niên
đã biết trước nên vào thu lo chích
lượng vaccine (hiệu nghiệm như thuốc tiên)

mới tuần trước, thứ năm, ta đi chích
vừa flu, covid cùng một lần
cánh tay trái lì đòn chịu tất cả
(chuyền sérum, thử máu đều lãnh phần)

cánh tay phải xa trái tim một chút
mạnh khỏe hơn nhưng chưa hẳn giỏi hơn
từ bóp cò đến linh tinh cầm bút
sờ soạng chi đều như thể ba lơn

đời may phước, nhìn bề ngoài đầy đủ
cả đứng đi cũng chưa mấy thua ai
chẳng chết ai đâu khi ta nói dóc
mong cảm thông để ta khỏi thở dài

em yêu quí, vợ hiền, người trợ thủ
garde-corps thành bảo mẫu yêu thương
ta vững chãi tự tin, hơn thế nữa
cận kề em như ở chùa, giáo đường

LH-7h06, 20-10-2024

NÓI CÙNG TRÁI TIM

tim ơi, thức nhịp bình an
giúp ta chìm giấc nhẹ nhàng hồn nhiên
bỏ quên vụn vặt ưu phiền
cả ngày gặp giữa hữu duyên đường đời

hân hoan được hạnh ngộ người
trong bao tiếng nói giọng cười vướng qua
những ánh mắt dẫu gọi là
bất ngờ chung một lối xa nẻo gần

sống là chia sẻ nợ nần
không cần vay đắp bản thân riêng mình

nhờ đêm khép mắt ôm tình
vô minh một giấc hiển linh dưỡng thần

tim ơi đừng ngủ theo thân
phận em trời đã định năm sẵn rồi
không muốn chơi cũng phải chơi
số ta dai dẳng theo đời, tội em

ta chẳng còn chi đắp đền
mong em thông cảm thương thêm ít mùa
thu đông xuân hạ nắng mưa
giữ hơi ta phả đêm đưa đêm tròn...

cảm ơn suông tiếng cảm ơn

LH-7h14AM, 22-10-2024

NỢ

sinh hoạt tôi thường ngày
tôi xem đều là nợ
ăn, ngủ, động chân tay
nhớ, thương, yêu ... cũng nợ

nhiều món nợ phiền mình
như nợ những cuộc hẹn
khám bệnh, làm vệ sinh
cho răng rồi cho mắt

bác sĩ luôn vui tay
ký giấy đi thử máu
thử nước tiểu, đo xương
nhiều lần muốn trổ cáu

ngày, ba bốn bữa cơm
chia đều thuốc phải uống
phở mì... món ăn ngon
phải tùy bệnh hạn chế

nợ nghe nhạc, hội hè
đến chùa nhìn hương khói
tết nhất phải cặp kè
cho vợ con sảng khoái

bạn gọi ăn chia tiền
lẽ nào bần tiện trốn
từ chối mãi mất duyên
tới xuề xòa tập giỡn

nợ lớn đứa em trai
bắt nó in ấn miết
thương anh không thở dài
hao sức khỏe tiền tốn

lơ chuông điện thoại reo
chuông cửa không cần bấm
có người là báo tin
ngó rồi lơ, không gặp

mỗi ngày dồn dập làm
xuống thang lại lên gác
đi bộ vẫn đàng hoàng
nợ những ba cây số...

*

sáng nay ngẫm đời ta
trả nợ mãi phát ớn
nhưng món nợ mẹ cha
gần như chưa hề trả

nhớ chẳng phải trả đâu
buồn không hề đền được
mỗi tuần thay nước trong
mắt già như biết khóc

chưa chắc vì nhớ thương
quá lớn nỗi lo buồn
di ảnh mình không có
chỗ để nước thắp hương

hẹp hòi một đời ta
sống dai không cần thiết
trời đất nợ chưa tha
mọi chuyện đùa thành thiệt

trót viết nên không cùng
lòng ta mớ hổ lốn
ghi nợ chờ ngày mai
miễn sáng mai còn dậy

LH, 5h08, 25-10-2024

THOÁNG NGOÁI LUI

đã hồ dễ một đời chơi chữ
thành danh chi trong cõi văn chương
người đời gọi vài từ hoa mỹ
một thời vui cõng tiếp lắm thời buồn

ta vốn chỉ học đòi chơi tài tử
cũng gọi là dan díu với văn thơ
từng sung sức cũng từng toan tính bỏ
chẳng nghiệp chi, dai dẳng tùy tình cờ

chung chung vậy, nhìn không ra mục đích
níu chuyện đời duyên bén những phiêu lưu
ta gặp ta sống trong người không ít
ngược lại, người trong ta thường tối ưu

điều kỳ lạ, vui thường hay vụng tiếng
buồn giàu khoe khoang giảo biện hoạt ngôn
ta lỡ chọn lựa trò chơi sắp chữ
ít mất công nhưng chi lắm phần hồn

không lay lắt, trời cho trung bình sướng
tiếc thiếu tài, đức chưa chắc chi ngon
mang tâm Phật - tự mình minh xác vậy -
còn tay chân cụ thể đẹp như lòng?

qua tâm chữ nhìn ra điều chi nhỉ?
sắp chuyển kiếp rồi, thoáng ngó lại đời qua
không buồn chẳng có chi gọi thành tựu
nhưng vui được đi đến cuối tuổi già

LH- 9h23AM, 28-10-2024

VƯỜN LẠNH Ỉ ÔI

hôm nay đóng cửa hiên sau
lạnh âm ba bốn bí bầu héo queo
giàn trơ mấy dòng dây leo
lá cây đại thụ rớt treo nỗi buồn

cỏ gắng xanh tươi như tuồng
vô tư một cách dễ thương vô cùng
dựa nhau rục rịch ung dung
đợi chờ tuyết phủ kín vùng an cư

5 tháng giá lạnh âm u
sống dưới mặt đất hình như ngủ vùi
xuống sâu hơn biết có vui?
mãn phần ngày trước chôn người dựng bia

ta chừ hết được đất chia
ô chữ nhật nhỏ canh khuya đội mồ
coi kìa, cắc cớ tào lao
thương vườn vịnh ít câu thơ...lạc đề

u mê, đâu đã u mê
tuổi già ám ảnh đẩy xê dịch tình
nhìn đâu cũng bóng hình mình
mai mốt đi vắng lung linh những gì

con chim con sóc trốn đi
mặt trời ấm lại tức thì nhởn nhơ
ta thì sao, ta ra sao
hỏi ngu là thú bậc cao niên dùng

ngắm hiên lạnh nghĩ lung tung
em tưởng than thở, sai hung thật rồi
đó là một mảnh cuộc đời
lão làng mới dám vui chơi ấy mà

LH- 8h11PM, 28-10-2024

ĐÀN ÔNG ĐƠN GIẢN

đích thực là đàn ông
đời bảo biết đứng bếp
phải làm ra món ngon
ăn nhà hơn ăn tiệm

cánh cửa tôi tề gia
được cha ông truyền lại:
năm ngón tay chỉ ra
nhưng không lộ gia trưởng

đã áp dụng tinh thông
dẫu chưa hề đứng bếp
vẫn chắc nụi đàn ông
bám giữ ghế làm xếp

nhờ đó lượng tuổi cao
thú đời luôn cập nhật
khai thẳng không tự hào
thói quen thành bản chất

thỉnh thoảng biết xuống tay
rửa chơi chơi chén đũa
sinh hoạt này hay hay
gần bếp dễ bắt lửa

tám tư làm đàn ông
lắm việc gần hết cửa
nhưng cái máu đỡ đần
vẫn đủ em nương tựa

LH, 5h00, 6-6-2024

ĐẾN MỨC NÀO TRONG TUỔI THỌ

dương tám ba, âm tám bốn
và hụt một khúc chân
vẫn chưa muốn chống gậy
dẫu bước khó thẳng thân

tôi đương nhiên còn đứng
và gần xa còn đi
bước khi dài khi ngắn
đều sẵn chờ biệt ly

*

nhờ đứng và đi mãi
thần trí sáng ra nhiều
già rồi mới cố học
tinh hoa sự thương yêu

gậy nạng từng đã chống
cao thấp vài tháng buồn
28 tuổi một đống
đen ngòm những bi thương

gắng đứng đi dù chẳng
chưa tới đâu trong đời
ngoài hai chữ đại thọ
chán ngán một cuộc chơi

*

thôi thì vui qua bữa
ăn uống và đi quanh
một mình hay cùng vợ
với con cho đời lành

gậy nạng quyết không chống
mong sẽ không xe lăn?
tự xoay hay ai đẩy
trời thương chấp thuận chăng?

cũng mong đi sớm sớm
trước những người thân yêu
trước tuổi đời quá lớn
chạm bách niên buồn thiu
07-02-2024

BÌNH TÂM MỘT CÁCH TỐI ĐA

từng thưa thiệt bốn mùa ấm lạnh
tôi trần thân đêm dỗ giấc nồng
nhưng thằng em chiến sĩ thì không
quần đùi rộng thay cho quần sịp

máu thoải mái lưu thông bí kíp
luyện kim cương chưởng lực bội công
đời sống dài kỷ cương bông lông
trôi lững thững qua chông gai êm ái

mỗi năm đi qua thường vui mừng ngó lại
để tiếp theo rút kinh nghiệm đi gần
nhiều đoạn gần thành khá khá xa xăm
có ngẫu nhiên cộng cùng cố gắng

giàu tắm mưa không nghèo phơi nắng
tôi bé con lên chức lão già
lộ trình này tưởng nhanh chuyển qua
nhưng năm tháng có chừng của nó

tôi trong trẻ ngoài già đã rõ
giữa hai đầu đòn-gánh-chữ đong đưa
vía hồn, xác thân, chờ ngọn gió lùa
chia tay nhau hai phương vĩnh biệt

có hay không chu kỳ chuyển kiếp
thây kệ đi chuyện ở đâu đâu
còn tháng năm bọc thân đội đầu
cứ thong thả cho ra trò tự tại

LH. 6h09 AM, 27-8-2024

CÙNG ĐÁM BẠN TÔI XƯA

gởi đám U 80 còn chậm chân như tôi

luôn đi ngược hướng mặt trời
phơi lưng nắng dọi thấu đời bụi bay
người ta đi đánh hai tay
tôi tay thọc túi và tay đưa đều...

phong lưu trong cuộc luôn nghèo
vốn là cốt cách nhận đeo nghiệp trời
ăn chơi hai vế đủ đôi
dù chơi ăn chỉ dựa hơi bạn bè.

thật ra có bạn không bè
thân nhau một đám lè phè cùng vui
thằng nào cũng nghĩ hơn người
sống vương giả thở thuốc mồi khói bay.

một tuần năm bảy lần say
rượu trong suốt trắng, em mày mặt hoa
triết lý đời: sống nhẩn nha
việc chi cũng biết đủ qua sông dài.

"cái tài cõng thêm cái tai"
ý cụ Nguyễn Du nói, Kiều sai được à?
Vậy nên cả đám tà tà
thằng này thằng nọ tiếp sa sút dần.

thằng tôi cúng một bàn chân
riêng đám cúng mạng gần gần một mươi
nhiều thằng sự nghiệp thụt lùi
chửi thề bằng cách nhếch cười bâng quơ.

khổ thân đám chữ văn thơ
bị hành đủ cách phơi khô từng thằng
gọi ông nhưng chính thực thằng
hoặc con chi đó, trời trăng không chừng...
01-12 -2023

TÔI TẮM

buồn buồn
chẳng biết làm chi
không làm chi cả
nên chi buồn buồn

đi tắm một cái giải buồn
cái tâm vọng cổ cải lương tan liền

tôi tắm theo kiểu bán thiền
từng phần thân thể tách riêng tắm dần

khởi đầu ngâm hai bàn chân
bẻ ngón, kỳ mắt cá... dần dần lên
ống quyển đầu gối hai bên
đùi trong ngoài thịt cứng mềm khác nhau

chừa khúc giữa,
tôi gội đầu

tóc mắt mũi miệng cằm râu ướt mềm
ngón tay út ngoáy hai bên
lỗ tai nhột nhột đã thèm cách chi

và rồi... tổng thể phương phi
mục sư linh mục qui y đều là

tắm có căn bản chung mà
khác nhau chăng chút tà tà săm se
03-12-2023

NHỚ RƯỢU

tránh nát rượu nổi danh yếu rượu
đúng y chang thực tế ngoài đời
bổn tánh ta bất thường trái chứng
gì cũng mê nhưng thiếu ham chơi

sau té ngửa - ta,"ông-thầy" mất
những bất cần liều mạng dễ thương
dưỡng thương một năm trở về công chức
hiện nguyên hình một gã bình thường

rượu thuốc lá trở nên chừng mực
ham thức đêm lọ mọ thẩn thơ
hơi vượt mức "thứ ba" quí cụ
tim đập nhiều lá phổi thành xơ

lơ tức khắc chất cay khói thở
vừa ba mươi già khú đế, tu
nạp trụ sinh vào mông mỗi bữa
bạn rượu lai rai bấm bụng xù

cũng thưa thiệt bạn ta dân dã
nhà quê kêu rượu trắng thành danh
nhỏ uống lén, lớn uống bờ bụi
cổ rang rang nóng nóng ngon lành

bỏ, nhiều lúc bất ngờ lạt miệng
hớp chừng chừng nửa ngụm trợ thơ
ngậm và súc thấm mùi rồi nhổ
đâu giải ghiền, đỡ nhớ sơ sơ

và đêm nay thuốc không giúp ngủ
miệng đắng nằm nhớ rượu ngẫu nhiên
ơi rượu đế, danh giang hồ chơi chữ
chép miệng liếm môi như nổi ghiền

LH- 2g39 sáng 10-12-2023

LÓT LÒNG, DẰN BỤNG SÁNG NAY

"sớm mai phải ăn lót lòng!"
lời xưa mẹ dặn vẫn còn trong tai
vài thời trôi nổi chông gai
sớm mai dậy ngáp gió ngoài hiên qua.

đang thời đời gọi con già
(đã thọ hơn mẹ gần ba chục rồi)

ngó trong bụng thấy ngoài người
vẫn thằng con mẹ từ hồi Hội An
Tiên Phước, Liêm Lạc, đất Hàn
gói xôi, củ sắn...
ngỡ đang lót lòng.

toòng teng hai chữ "lưu vong"
đang đeo trong nghiệp đèo bòng thi ca
đều đều mỗi sáng nhẩn nha
câu vần điệu lót lòng qua loa,
chờ

sớm muộn gì cũng đến giờ
theo hồn cha mẹ bay vào hư không
nơi không một ai đợi trông
may ra mây xám chờ tròng u mê

trong hòm, đóng bộ "com lê"
với "cà la quách" chỉnh tề con đi
đời người đâu được mấy khi
nên chết nghiêm chỉnh uy nghi một lần.

con tự dặn dành điệu vần
ít câu dẫn bụng bình thân xuất hành
tiếng mẹ dặn rõ rành rành
- " má ơi, nước mắt, ngon lành ứa ra...
11-12-2023

TUẦN LỄ MƯA DẦM

mưa dầm hôm qua, ngày hôm nay
dặm chút tuyết bay, buồn lắm thay
cảnh thế, còn mình thừa bi đát
muốn than sợ vạ vợ con rầy

than, thở - thở, than, hai từ động
than là cách thở của bi quan
thở là cứu cánh khi phiền muộn
đâu phải ham gì, mãi thở than

chẳng như Từ Hải khi bó gối
triều đình, ta vua cũng phải ngồi
nhìn cảnh bâng quơ chờ qua bữa
tăng ngày thêm tháng đời ta chơi

không nghèo chi mấy chuyện cơm áo
nhưng mãi giàu lên buồn trời ơi
khi người cao tuổi rồi sẽ biết
tâm sự vô duyên của già đời

bạn khích lệ khuyên, ơn không nhỏ
nhưng mà như thể gió bay ngang
căn nhà ruột rỗng trơ sườn mục
đọng được mấy hơi tình bạn vàng

ngại lắm, bạn ơi đừng khuyên nữa
gõ chơi kiểm chứng sức khỏe thôi
cạn sợt trí khi còn phơi phới
bây chừ già nghét càng thêm tồi

mưa tiếp tục mưa vài bữa nữa
vừa viết xong bài đón giáng sinh
giáng sinh của Chúa, còn sinh nhật
mười tháng giêng dương sẽ của mình

nhân đây mừng trước đi cho chắc
sáng chờ thử đường còn chưa ăn
hít giọt tuyết mưa vào trong bụng
chợt nhớ Việt Nam do thói quen ?
19-12-2023

TẬP LÀM TỨ TUYỆT

1. KHUYẾN KHÍCH IN THƠ

lòng em như chiếc lá môn
đựng anh trọn kiếp giãn mòn sơ sơ
vá sờn hiệu quả có thơ
anh in thêm nhé những tờ giấy hoa!

2. THÚ CƯNG CỦA EM

tâm anh như một khúc dồi
cõi âm chính thiếu, đời âm phụ cần
thú cưng em, khuyển đại nhân
thích nguyên con, dẫu quí phần tinh hoa

*

hôm nay mưa tạnh quanh nhà
bước trong phòng khách ngó ra vẫn buồn
thơ bốn dòng ứng bốn phương
đông tây nam bắc tụ hương sinh tồn

tập gõ thử, khựng - hết hồn
qua hai kiệt tác trên, non tay liền
thôi xù, chắc bụng bình yên
"tứ tiệt" mình rớt khỏi hiền triết thơ

người khù khờ phải dật dờ
nên theo trời đất bất ngờ mà chơi
"ngồi ngó hướng ăn coi nồi"
ông bà xưa dạy làm người, dễ không

*

sáng nay gõ vậy là xong
dán lên chứng tỏ mình còn ba lơn
nghĩa là đại khái không ngon
nhưng còn cụ cựa như con riêng mình.
20-12-2023

ĐANG NGỦ THỨC GIẤC LÀM THƠ

trời cho em cái 'cửa mình'
danh xưng sát nghĩa xinh xinh tượng hình
dân gian thật quá thông minh
cá nhân tôi gọi: 'miệng bình rượu thơ'

không bắt chước ai, hồ đồ
ngẫm ra cũng đúng khi vào nhập môn
phong phú tên gọi đẹp hơn
từ vưu-vật đến phiến-hồn-lá-hoa

nhiều nhà thơ đã nghĩ ra
theo nguồn ngôn ngữ đậm đà Việt Nam
so với em "của", "ngàn vàng"
mà tủi cho phận nồng nàn trượng phu

hắn, tên tục, từ cuối u
không thì trơ trẽn thù lù chữ t
cho đến tự đầu chữ b
cũng không thoát cốt nhà quê bình thường

gần đây gã khách văn chương
khiến ta vỗ mạnh mặt giường đu đưa
gã gọi 'cây gậy làm mưa'
quả thật độc đáo từ xưa tới chừ

Đỗ Kh thật quá dư
chữ nghĩa sáng tạo (nhờ dù thường bung?)
đứng là cốt cách người hùng
trong thi ca mới, lạnh lùng, gọn bân

ba giờ sáng thức bâng khuâng
tứ thơ kỳ lạ tả chân thường rồi
luận tên gọi thành cách chơi
vô duyên lãng xẹt nhưng đời có hương

nghĩ vậy xin phép khiêm nhường
gõ xong rồi trở lại giường thẳng lưng
gắng giữ nhịp sống có chừng
tứ khoái hụt chẳng đặng dừng làm thơ
21-12-2023

HẠ THỔ

"Diêm Vương cho gọi canh ba
canh năm khó đợi tà tà nhập quan"
khó lè phè như từng làm
trình diện đơn vị vào hàng hành quân

tính tôi quen thói lừng khừng
khi hôm hạ thổ nửa chừng rồi thôi
thật may chưa vội đi đời
bây giờ hồn xác còn ngồi đủ đôi

thật tình tôi không biết tôi
suýt ra đi thật thảnh thơi ấy mà
bà xã kể, nghe động nhìn qua
cái đầu đã rớt khá xa mép giường

ráng sức kéo đỡ, gọi luôn
mà tôi chẳng biết, hồi dương lạ kỳ
sau cả giờ nằm ly bì
vậy là cái lệnh phải thi hành rồi

đã mấy lần trong cuộc tôi
lần này lại kéo được thời ngắn thêm
cảm tạ em cảm ơn em
con linh miêu có thần riêng cứu giùm

sức tuy không còn mấy sung
bánh trái lạ mới tưng bừng ăn ngay
vẫn tỉnh táo ngày suốt ngày
bóng tròn hoạt họa gió bay xem đều
22-12-2023

BỔ SUNG QUÂN PHÒNG THỦ

vừa thêm mũi tăng cường
vaccin ngừa covid
hệ thống phòng thủ buồn
đang là 6 bao cát

chết đương nhiên chết thôi
nhưng ngại chết kiểu thảm
không được lấy một người
thương yêu đến ngó mặt

nghĩ mình yếu, lỗi thời
xách thân đi chờ chích
hóa ra cũng lắm người
đáng con mình sợ tịch

Gia, Ấn, Phi, Miên, Tàu...
nhìn nhau cười trong mắt
chẳng ai nhạo gì nhau
ngại thả đời bế tắc

*

đặc biệt mũi kim này
từ một lão dược sĩ
phải phục thật mát tay
không cảm được kiến cắn

mười lăm phút ngồi chờ
không xoa chỗ da chích
không tampons... phòng hờ
dấu đầu kim biệt tích

nghe nói sang năm sau
đổi lại loại thuốc mới
da thịt còn đến đâu
sẽ sưu tập đến đấy
2-11-2023

*(chích lúc 14g30, ngày 01-6-2023
tại Pharmaprix Pie IX et Forest)*

NHÌN NHAU ĐỜI THÊM SỨC SỐNG

hôm nay chép chuyện hôm qua:
đúng ngọ ngồi chỗ hơi xa cửa nhà
nói xa nhưng bước tà tà
chắc cũng đến được, chưa qua cuộc đời

đến đây ngó mặt ít người
đã từng hay gặp nói cười thân quen
bọn này nặng nghiệp thơ văn
đều gần cạn kiệt chưa ăn giải gì

(giải - định ám chỉ, giải chi?
sự thật không rõ, biết thì khó khai
vậy xin tạm hiểu:
lá bài
linh thiên quí nhất nằm ngoài của riêng)

*

thơ mà, phải nói huyên thuyên
cô đọng mấy chữ thánh hiền mới chơi
rề rà thơ thở ra hơi
đỡ tôi đi đứng cả đời phương phi

*

hết ngồi, chia tay, muốn đi
một chuyến du lịch ly kỳ tìm thơ
trên bus cùng métro
và đã lên đủ, bất ngờ thiếu vui

(lâu không thở nhiều hơi người
nhìn ai cũng vắng nụ cười trời cho
hai nơi đều giống chuyến đò
qua Charon giang, vượt sóng to Nại Hà) 1

*

thôi thì trở lại nơi ta
bốc chữ trong trí chọn qua loa vần
xếp chung thành những đôi chân
tình riêng ý lẻ gởi gần xa chơi

mấy câu này tặng nhúm người
cụng ly vui miệng góp lời ngồi lê
không thả cừu chẳng thả dê
ngó nhau
          mừng
               đều đề huề còn nguyên

tuyệt vời cả đám bình yên
05-11-2023

** 1, Charon, tên dòng sông trong truyền thuyết HyLạp, chở người đi đầu thai, giống như dòng Nại Hà cõi âm.*

MỌI TỐT ĐẸP CÒN ĐÓ, MỌI LO BUỒN SẼ QUA

rủi bệnh đừng hoảng loạn
gắng giữ vững tinh thần
sống là cuộc đi đến
sự hủy diệt bản thân

chết trước được thương quí
chết sau bớt người thương
(nhại câu người xưa dạy)
khó khỏa lấp nỗi buồn

hãy tin sẽ chữa khỏi
cùng vui với gia đình
mỗi chữ như giọt lệ
sớm mai rơi linh tinh

buồn mấy cũng gắng nhớ
bình tâm thở nhẹ nhàng
dẫu không đau cũng đến
điểm cuối đời trần gian

gia đình thương quí lắm
phải nhớ, giữ lạc quan
nằm chờ 5 giờ sáng
viết câu chúc bình an

hãy tin được lớn tuổi
như là một cha già!
07-11-2023

ĐỀ NGHỊ

gọi tôi: ông, lão, cụ
nghe không hợp chút nào
hãy gọi anh hay bạn
đúng tôi luôn trẻ thơ

câu "kính lão đắc thọ"
Khổng, Mạnh, Lão… dạy đời
bây giờ đã xục xịch
tùy nghi du di thôi

"toi, moi" là ăn chắc
gọn nhẹ ấm thân tình
mọi lứa tuổi đều bạn
gần hoài đời nhân sinh
09-11-2023

NGẮM MÌNH QUA ẢNH CHỤP

sớm mai chụp cận ảnh mình
xem mặt mũi đúng "qui trình" đến đâu
đời may không nhiều bể dâu
tóc, mày, mi đến ria râu thế nào?

*

ôi! tổng quát, thảm hại cao
nếu giàu nguồn lệ chắc trào như sông
mắt to thành... hí ... hai dòng
mi cùn mày cụt,
                    nhói lòng vẩn vơ

có một thứ khá bất ngờ
cắt hoài cạo miết vẫn thò đầu ra:
những sợi lông mũi
                    không già
vẫn đen như thuở còn là trung niên

miệng theo tay chụp
                    thành xiên
trông rõ méo xẹo cái duyên đời người
(chính danh là cái nụ cười
môi, răng, lưỡi, miệng... uống đời trăng hoa)

*

sắp đến cây số 83
chiều dài mức sống còn là bao nhiêu
lạc quan nhất
                    cũng không nhiều
nét buồn đóng vảy
                    nắng chiều trở vai

mình vẫn giống mình chớ ai
chỉ lợp thêm lớp tàn phai đậm đà
(ảnh màu lộ diện rõ ra
chuyển sang đen trắng phỉnh ta bớt buồn)

*

"già rồi"
          tự thầm nói luôn
lạ sao vẫn thấy thêm thương yêu đời
giữ nguyên vẹn tính ham chơi
bên thói độc đáo "biếng lười chảy thây"

còn quá nhiều việc một ngày
hẹn làm mà để hai tay nghỉ hoài
sức ngồi đang rất bền dai
tiếc rằng chỉ để lai rai ngó cùng

mặt bàn, ngoài đường lung tung
quá nhiều thứ gọi nhớ nhung quá mà
mọi vật sống
               nhập đời ta
đang như xô kéo tâm già đi đâu...
09-11-2023

NGÔI NHÀ FACEBOOK TÔI

đón mừng bạn ghé nhà chơi
những người ưu tú nặng đời tài hoa

gọi nhà, nhưng chẳng ra nhà
một dải đất ảo bao la, của chùa
cắm dùi không mất tiền mua
chiều ngang hơi hẹp, ăn thua chiều dài

đứng tên "hộ khẩu" hẳn hòi
ngày sinh tháng đẻ năm tài mạng ra
khai cả xuất xứ quê nhà
đúng theo lý lịch trình qua nhiều lần

treo luôn khuôn mặt bản thân
"làm thương hiệu" chính đã gần sáu năm
cầu chứng luôn con tinh thần
(một đám ôm nửa tâm thân riêng mình)

*

nhà không xinh, chủ yếu tình
thứ nhất ấm áp ảnh hình vợ con
thứ nhì tình bạn mất còn
vẽ bằng chữ nghĩa tâm hồn mến thân

tôi dân phố thị bình dân
trải qua lính chiến cù lần thực tâm
mọi sự, thú vị phơi phần
một cách chia sẻ, tìm thông cảm cùng

hiểu mình sỏi bọc trong nhung

sắc cạnh lởm chởm nổi xung bất ngờ
không làm chi, chỉ làm thơ
chín trời mười đất ngu ngơ thường ngồi

chuyện phật lòng không mấy vui
như ăn cơm bữa tới lui đều đều
phật tiên ma quỉ đều theo
học sơ sơ... vốn liếng đeo tà tà

*

tôi quí, tiếp bạn vào ra
nhưng không cho ở dẫu là thân quen
không ngại mang tiếng nhỏ nhen
quyết giữ tuyệt đối mặt bằng riêng tư

ngôi nhà tôi, phải ra tôi
dẫu giống nghĩa địa ngôn từ vẫn ưng
bề ngoài vẫn mẫu số chung
bên trong giường gối chăn mùng phải riêng

ở lâu nay đã hơi ghiền
nên bỏ vài bữa không yên lại về
từ rề rà tới kéo lê
hồn thân tôi cũng cục quê điều hành

*

cảm ơn quí em, quí anh
quí chị, không ngại giày thành luống hoa
đúng khi tôi nổi tâm tà
hô thơ biến đẹp hương thoa gót hồng

tạ ơn chủ đất rộng lòng
nới dài diện tích vun trồng chất nâu
mỗi ngày gốc rễ tôi giàu
những điều lý thú tới đâu khó lường

sống giữa thời buổi phi thường
khó theo lên, xuống tầm thường khỏe hơn
học hoài chưa giỏi ba lơn
bỗng thành bốn lú mà khôn mới tài
10-11-2023

NỊNH VỢ CÔNG KHAI

em chẳng tạng người giàu ký lô
dáng của hoa dáng của nàng thơ
phải "gầy như liễu - Nguyên Sa" ấy
mới đủ hồn tình bay phất phơ

quan niệm của em hơi khác người:
đẫy đà một chút mới là vui
em than năm tháng không bồi đủ
mệnh phụ phu nhân vốn thường đời

thường nhớ thời qua so bữa nay
trang lứa mập ra mình gầy gầy
tròn tròn một chút coi được được
là nỗi mong em ở lúc này

*

ta ngắm nhìn em vẫn như xưa
mừng không màu mỡ dễ dư thừa
y nguyên con gái thời duyên dáng
bước vào thơ ta qua nắng mưa

cùng thở bên nhau vui mỗi ngày
ra đường vẫn giữ thói nắm tay
dù em thay chỗ điều hành cũ
lấn quyền một chút càng rất hay

phụ xướng phu tùy chả có sao
miễn là ta vẫn giữ ngôi cao
khi cần trừng mắt đâu vào đấy
"gia chủ!" em than vẫn thuở nào

*

lâu lâu nổi hứng muốn nịnh em
làm hề công bố lắm người xem?
đâu cần. chỉ thử tay mình viết
độ thắm thiết xưa có vững bền

chỉ vậy mà thôi, con bé khờ
khôn hơn chồng đã mấy tầng cao
vẫn là "liễu của Nguyên Sa" đấy
vợ người làm thơ lây bệnh thơ
14-11-2023

NGUỒN NƯỚC LINH DIỆU

nước trong mắt nhiều quá
lòng buồn là rịn ra
chắc cả đời ít khóc
thặng dư nước xót xa

mẹ mất rồi cha mất
đã không thể khóc òa
anh chết tiếp đến chị
hai mi chỉ nhạt nhòa

thậm chí đến thân thể
bị đời phá một phần
hận tủi buồn chỉ đủ
nằm ngồi ứa âm thầm

ta ơi khối xương thịt
da bọc gân máu buồn
hà tiện những giọt lệ
sợ trôi niềm bi thương?

giữ mãi trong lòng đủ
những đau đớn tinh thần
ước giữ hoài được vậy
đến phút hồn lìa thân
15-11-2023

SI TÌNH THỨ THIỆT

tôi sớm có thời mê con gái
đâu chừng mười bốn, chớm mười lăm
mỗi khi diễm phúc tình cờ ngộ
háy nguýt đến từ mắt lá răm

tức khắc đêm về nằm tơ tưởng
mông lung mơ mộng chuyện ly kỳ:
phải tìm cho được nơi em ở
phải biết những đường em thường đi

vớ vẩn vậy thôi đôi ba bữa
gặp đôi mắt khác mộng tiếp theo
từng chấm nhiều em, mê đúng điệu
thơm lòng lưng tháng chợt bay vèo

những em nhan sắc lừng danh phố
sổ hồng sưu tập viết tên hoa
buồn vui tùy lúc qua ngang ngõ
hít thở mùi hương lối vào nhà

*

với ta khuôn mặt ưu tiên một
mắt sáng mũi cao môi sáng hồng
không cần xuất sắc toàn diện lắm
duyên dáng mặn mà dễ phải lòng

dĩ nhiên vóc dáng thu tầm ngắm
nhí nhảnh, đoan trang đều xinh xinh
bụi bụi hiền lành đều mê cả
miễn giao mắt chạm được mạch tình

hợp với gu ta nhiều em lắm
nên nỗi tình si ta dễ dàng
đã mê là nhớ linh tinh thứ
mộng tưởng bao trùm hết thời gian

chẳng phải em nào ta cũng trải
chữ tình lên giấy mời vào thăm
có thể tại vì tình con nít
và thơ luôn chú trọng điệu vần

chưa thất tình sâu nên khó viết
với tâm chân chất thật thà ta
có chi kể nấy toàn chuyện thiệt
hời hợt hồn không đủ thiết tha

mê gái của ta tuy khá sớm
nhưng yêu chưa đạt mức tình si
không ngu ngơ lắm nhưng tình thật
bay bướm còn chưa đáng kể chi
16-11-2023

DỌN VƯỜN CUỐI THU

1.

non non đầy tháng gió
mắt chân thơ xa vườn
sớm mai này rủ vợ
giả bộ về quê hương

thăm quê mẹ Vĩnh Điện
thăm quê cha Hòa Đa
thăm Mân Quang quê vợ
thăm Việt Nam, quê nhà

quê tình vườn tược rộng
cây ăn trái lá hoa
bướm ong chuồn-chuồn lượn
gió vui hát xuề xòa

dạo đôi phút chợt tỉnh
hóa ra vườn sau nhà
cái bàn tay quê quán
dính liền cùng thịt da

2.

nhìn giàn cây tàn tạ
khổ qua, bầu đáng thương
gắng gượng ra hoa trái
lớn dạng không bình thường

xứ này dòng khí hậu
không nuôi lâu cỏ hoa
đành thôi, cắt bỏ nhé
tình trồng cuối xuân qua

mỗi lần tay nhấn kéo
đứt từng lóng cây nằm
khổ qua, bầu đứt gốc
như đứt ngọn tóc bồng

ta còn nguyên lẩm cẩm
từ trẻ thơ ngày nào
khi chia tay mọi vật
lòng bứt rứt nao nao

chuyện vặt vãnh không đáng
cho lên chữ nghĩa thơ?
đang rời xa tổ quốc
giả bộ chi nghẹn ngào!
12-10-2023

ĐƯA VỢ ĐI LÀM TÓC

chuẩn bị trước đầy đủ
em hối vội vàng quên
điện thoại cùng máy ảnh
chừ chẳng có ghi hình

hôm nay là thứ sáu
nhằm đúng ngày mười ba
nhận cái rủi thứ nhất
bực mình mau chóng qua

trời hôm nay lành lạnh
mặc không đủ ấm nhiều
hắt hơi liền vài cái
chung quanh cảnh buồn thiu

đã mong nhìn sắc cảnh
vẽ muộn thu đôi dòng
xem chừng không gian rộng
không chịu chui vào lòng

trang laptop hiện chữ
từ đầu gom bút chì
chữ đều thẳng nghiêm chỉnh
nội dung chẳng lạ chi

vợ ra, mượn điện thoại
chụp giữ lại cái hồn
lề đường xe đang đậu
nhốt ta trong ngũ ngôn
13-10-2023

TIN CHO TRƯỞNG NỮ Ở XA

ba vẫn còn đi bộ
tích cực khi có giờ
vừa đi vừa hít thở
nghe hơi ra khí vào

lục phủ cùng ngũ tạng
chưa khiếm khuyết chỗ nào
ngoài tì vết phổi trái
nhúng rượu thời giày sault

kịp cai rượu thuốc lá
sau chuyến thăm Qui Nhơn
ngày đêm uống cùng hút
không ngờ lá phổi sờn

may kịp được cứu bởi
bác sĩ Đối, Thái Can
bác sĩ Lang và Cát
khỏi ho lao đời tàn

ba chừ ngoài sứt mẻ
hình thức ở bên ngoài
bên trong đều tạm ổn
chưa có chi nội soi

"mừng trước bước không khỏi"
chả sao, ba già rồi
mong đêm ngủ không dậy
được vậy, thật tuyệt vời

còn sống phải đi bộ
cốt yếu được ăn ngon
bỏ bớt những kiêng cữ
mỡ - đường - máu, vẫn còn

(ba chữ này đọc vội
gợi nhớ lại một thời
vài lần ba thực hiện
"mở đường máu rút lui")

qua rồi thời giàu có
gian nan đầy bi hùng
hụt chết trận sống miết
dĩ nhiên sẽ lâm chung

chết già mấy ai tiếc
nhưng chắc chắn có con
đứa con xa nhà mãi
từ khi tuổi còn son
14-10-2023

ĐÓN KHÁCH PHƯƠNG XA

lâu ngày có khách phương xa
ghé thăm bất tử cửa nhà vui ra
(đó là cảm tưởng riêng ta
thật ra không rõ chúng ra thế nào)

chủ khách không hút thuốc lào
thuốc rê thuốc điếu... cũng chào thua luôn
cả giờ ngồi nói chuyện suông
mấy chai nước lọc không buồn mở ra

chuyện gần chen lẫn chuyện xa
thời gian kéo lại nhớ qua loa buồn
(cảm nhận cũng chỉ ta suông
còn đôi bạn nữ thấy luôn mỉm cười)

cuộc sống chẳng thể quay lui
ta chừ luôn phải ngậm ngùi ngậm nghe
ngẫm ra nhờ sống lè phè
ta hơn nhiều bạn sớm về cõi âm

tiếp bạn đến lúc tiễn chân
con cháu nội chụp tình thân lại giùm
năm tuổi bấm máy ngập ngừng
cũng được vài tấm để chưng trang-nhà

(webside đã hai tháng qua
"đóng băng tài khoản" mở ra hay là...
cho luôn Vuông Chiếu làm ma
sớm hơn cái tuổi ta già đời chơi)

khách về, ngồi ngó ghế ngồi
lòng như có chút bồi hồi vẩn vơ
nên chi nhờ mấy câu thơ
để đắp lòng ngủ những thao thức đời
15-10-2023

BƯỚC THƠ

hai bàn chân hai chiếc giày
không vớ, có vớ, buộc giây, thả trần
vừa bước vừa vớ vẩn vần
miễn có di động toàn thân tốt rồi

trời lạnh vẫn rịn mồ hôi
thân trần ngực lép bụng lồi dễ thương
quần dài mặc trật bù lương
nhưng không quá lố phơi luôn tận đì

thơ (hồi - nhật - ký) cùng ghi
hôm qua cùng với hôm ni hiện hình
dĩ nhiên toàn chuyện linh tinh
dẫu riêng tư vẫn tình hình thế gian

trò này tôi mãi đăng đàn
vài chục năm đã dành làm riêng tôi
món chơi người vốn xem tồi
tôi đương nhiên quí nguồn hơi thở mình

về già phát tiết thông minh
điều này tôi giống thần linh rõ ràng
19-10-2023

SAU MẤY CUỘC CHƠI

1.
thực hiện "Tác Giả Việt Nam"
tôi mất một số bạn
bị nói xấu lung tung
may cuối cùng còn mạng

thấy ra lòng ảm đạm
co rút lại nhiều hơn
đành thủ thế tránh đạn
mỗi cuộc chơi ra hồn

2.
làm sáu Tuyển Tập Thơ
lại mất thêm ít bạn
có thêm được nghi ngờ
háo danh đạt vô hạn

âm mưu tạo bầy đàn
không mời cho đúng đắn
rao khan nhặt vội vàng
bất kể hồn hay dở

3.
chủ biên rẻo văn thơ
dám dùng tên Ngôn Ngữ
tạp chí kiểu gà mờ
lợi dụng nguồn chất xám

bán chữ người kiếm lời
kiếm luôn chút uy tín
mất một ít người quen
tiêu thời giờ thật tuyệt !

4.
lập ra tên đứng in
Ngưỡng Cửa - Thơ - Nhân Ảnh
tùy thời chơi nửa chừng
may nhờ em làm bảnh

vẫn mất một số quen
luôn chỉ trích này nọ
nhờ in rồi không in
lỗi phải không nhìn rõ

5.
trải Vuông Chiếu ra ngồi
không quên mời bè bạn
dẫu kỹ thuật quá tồi
bạn giúp, đủ lạng quạng

đi sớm trước hơn nhiều
những trang uy tín ảo
bạn đến rồi bạn đi
vẫn đọng hương nhiều thuở

tạm thời nghỉ dưỡng hơn
có thể sẽ trở lại
chiếu lát không vẽ hoa
còn bạn sẽ tồn tại

*

định thêm vài cuộc chơi
nhờ trời chưa thấm mệt
nhưng chán chuyện trời ơi
lưỡng lự... đời sắp hết

kết lại cuộc trò tôi
chẳng ra hồn đẹp xác
chơi đã chẳng ra chơi
thiệt không đủ mỡ nạc

luôn mất bạn bất ngờ
ngẫm lại thật đáng tiếc
lâu lâu kiểm sơ sơ
ngộ ra cũng thật tuyệt

đức tính tốt khiêm nhường
tôi chỉ có lưng lửng
nhẩm đếm người mến thương
cười trước, khỏi chưng hửng
25-10-2023

MỞ ĐÊM HÓA MA

Cho Natalie vá Célina

nhìn cháu giả quỉ giả ma
xách túi xin kẹo vừa ra khỏi nhà
ngồi bưng hai má da già
không hóa trang cũng giống ma quỉ rồi

có buồn không nhân dạng tôi?
hẳn không khỏi chút ngậm ngùi vẩn vơ
buồn mình rớt mất tuổi thơ
buồn giùm đời sắp bất ngờ mất ta

nghĩ thật không cố nói ngoa
thiếu ta mất bớt thi ca lừng khừng
ảo tưởng này giàu điên khùng
nội tâm ma quỉ lộ hung ra rồi

ta soi ta qua người đời
ta thấy ta qua nhiều thời sống qua
đời thật chưa chắc có ma
có người hắc ám, chính ta đôi phần

gãi đầu tiếp đến gãi chân
động tác như thể bần thần hóa trang
cháu đi đến chỗ "ville" làm
halloween sớm, mở màn lạnh run

ta nhìn theo thấy như tuồng
cùng đi bên cháu luôn luôn nói cười
cháu vui nên ông cũng vui
đó là cái chắc, tiếc đời ngẫm sau

29-10-2023

ĐỐNG BUỒN

già yếu gắng sống miết
chết, vợ con hết thương
luận về chuyện tưởng tiếc
đó là lẽ đời thường

lạ nỗi muốn sớm chết
lại uống thuốc hằng ngày
không "kỷ tử ninh hạ"
trị tam cao ẩn thây

số bất đắc kỳ tử
chờ hoài chưa thấy đâu
từng nghĩ đến tự tử
đợi tùy hứng cụng đầu

*

hơn cả tuần sưu tập
chuyện thiên hạ qua đời
chia "hưởng dương" cùng "thọ"
bỗng như thành cuộc chơi

định lên một danh sách
từng bó tuổi đàng hoàng
chẳng để làm chi cả
ngoài lấp đời tuổi vàng

ngó sơ đám chữ nghĩa
nghệ thuật Việt sống dai
quán quân lão nhạc sĩ
chơi đến trăm-lẻ-hai

nhớ mang máng người nữa
sẽ xem lại hồ sơ
chuyện gõ thành danh sách
chắc thành, dẫu tào lao!

*

tuổi già cụ Nguyễn Khuyến
như hạt lệ hạt sương
tuổi già mình thật chướng
to tướng một đống buồn

đấy, rõ là than thở
minh oan cái nỗi gì
còn vậy, quá sung sức
gục ngang, đẹp - ly kỳ!
05-9-2023

LÀM THƠ

làm thơ là bày biện
hồn vốn đời chung riêng
có chút ít tham khảo
người đương thời, thánh hiền

làm thơ là suy diễn
mớ mường tượng tương lai
nhúm quá khứ hiện tại
theo đường thở ngắn dài

làm thơ là biểu hiện
không khứ những tình cờ
chân thật lẫn ngụy biện
vốn hiển linh bất ngờ

làm thơ là chơi chữ
tùy người nghèo giàu tình
nhiều khi như chó ngáp
được con ruồi thành tinh
12-9-2023

RIA RÂU MẤY THUỞ

mỗi ngày vẫn viết cầm hơi
nhúm thơ vụn có ủ đời được lâu?
thơ mình cùng dạng như râu
mạnh gốc búng thẳng thật mau mỗi ngày

thơ ra sao? râu thế này:
cằm đâm tua tủa thưa dày khó coi
sáng cạo, chiều lú nhú lòi
nhìn ngứa con mắt, rờ hoài, đã tay

ngẫm thầm, chúng khá là hay
rõ ràng phách lối mặt mày đàn anh

một lần bị bọn lưu manh
tưởng bở khích tướng mà thành du côn
thiệt tình chẳng ngón chi ngon
đàn em dao búa theo tôn "ông thầy"

trong đám có thằng bạn tây
Denis Francois rất vui tay đặt vè
mình khen rất có màu mè
cu cậu khoái tỉ theo phe thờ mình

không ngờ nhờ đó thêm linh
cũng tăng liên tiếp bực mình,
                                        xuống râu
ria thì,
          cạo - để thay nhau
tùy nghi mấy mợ mình hầu hạ theo

gia tài bạn gái không nghèo
nhưng người yêu vẫn vắng teo trong lòng
đến khi lên được chức chồng
thì ria cũng xuống thành ông chung tình

đời công chức - đời nhà binh
tiếp đời thủng thẳng lưu linh xứ người
qua mười năm sống tạm vui
nuôi ria trở lại đến chừ, để yên

riêng râu nhìn chẳng tự nhiên
mỗi thằng mỗi cõi mọc riêng lu bù
nhìn tổng quát như chó xù
nên thôi khỏi để đỡ hư cái cằm

vừa rồi đau, cử dao thăm
râu chưa đủ vuốt nhưng thòng nghênh ngang
trắng đen nhiều sợi dở dang
không hay chi mấy, trông càng già thêm

lại còn sợ hồn đi đêm
khi về lạ mặt không thèm nhập thân
vậy là gạt phắt phân vân
để ria, râu cạo giữ chân dung đời

tôi chừ ngày một khác tôi
hình thức là vậy, trong người còn nguyên
những tật hư những thói ghiền
rõ là rất khó thành tiên cuối đời

thành một ông già dở hơi
cũng chưa chắc được
ối trời ! kệ đi

30-9-2023

KỶ NIỆM VỚI NGHỀ CHẠY XE THỒ CHƯA TRỌN MỘT NGÀY TRONG THÁNG 4-1975

không tứ chiến gặp giang hồ
chỉ trong một bữa đi thồ sinh nhai
chở em chuyên mặc áo dài
phải mặc áo cụt ngồi ngoài chợ phơi

em bỗng bấu cứng vai tôi
úp mặt khóc mướt như hồi trẻ thơ
cuốc xe đầu thật bất ngờ
làm sao nỡ lấy tiền thồ xe đây

cũng đành nhận cái đắng cay
của em trộn với lòng lay lắt sầu
em đi đâu em về đâu
chạy thẳng một mạch thật lâu mới tường

*

em về đường Triệu Nữ Vương
con đường mỗi bữa tôi thường ghé chơi
bởi khá gần nhà bạn tôi
gần am-đồng-bóng của thời vừa qua

thả em ngay trước cửa nhà
không ghé nhà bạn, tôi qua nhiều đường
chạy luôn lên Trưng Nữ Vương
xuống Bạch Đằng thẳng xuống luôn Thanh Bồ

một xe một người phất phơ
đường phố mưa bụi buồn nao nao buồn
gió không xoa dịu vết thương
tôi nghe như lệ ươm sương má gầy...

*

48 năm qua, hôm nay
làm sao quên được bàn tay cấu mình
người dưng nước lã vô tình
thành một kỷ niệm chẳng hình dung ra

tôi già, già tận cuống hoa
còn em sống chết đã ra thế nào?
sáng nay không hiểu vì sao
nhớ ngang xương một vết cào, cứu nhau

nỗi buồn thấm lâu hơn đau
thả nhờ chữ nghĩa phơi câu có là
dưỡng nuôi lâu nỗi xót xa
cho hồn cằn cỗi nở hoa xương rồng
01-8-2023

SỚM MAI CẮN HẠT HƯỚNG DƯƠNG

đến thời trộn lộn âm dương
mặt ghế liền với mặt giường thường xuyên
phòng chật thật dễ tạo duyên
hết thời nghề nghiệp có quyền lênh đênh

bạch nhật nằm xuống ngồi lên
ngủ gà ngủ vịt lãng quên chuyện đời
vào đêm nhắm mắt đếm hơi
mộng mị hư cấu tuyệt vời chiêm bao

vẫn tâm nhân bản ngọt ngào
sửa sai nhiều chuyện đời thô nhám làm
đôi khi cũng phải dã man
để thanh lý hết những tàn bạo hơn

lơ mơ trong giấc chập chờn
anh hùng chẳng phải bằng rơm rạ gì
thật tình đâu muốn làm chi
chiêm bao cùng mộng dẫn đi giang hồ

*

qua rồi thời kỳ gặp thơ
ngộ em trần trụi ỡm ờ mây mưa
tỉnh mê lẫn lộn đẩy đưa
ta nằm khoan khoái như vừa tắm xong

thầm liệt kê những viễn vông
sẽ làm tùy hứng hoặc không làm gì
vớt vát khỏi lãng phí đi
những tinh hoa sót trong tỳ vị ta

hàm hồ gọi lẩm cẩm già
là sai thực tế khá là lầm to
4 tháng nữa trời đất cho
một con số rất ra trò 83

người thường quả thật khá già
riêng ta ngoại lệ vẫn là trung niên
sợ rằng chém gió cũng ghiền
ta chém đám bạn thánh hiền vẫn chơi
04-8-2023

LÀM THƠ 2

mỗi ngày vẫn giữ lai rai
gõ chơi chơi một hai bài linh tinh
chưa hết hơi làm thơ tình
nhưng hết sạch người yêu mình đã lâu

thơ trai gái hứng đôi câu
nhớ nhân tình ruột gối đầu nặng tay
viết mà phải lách khó hay
không khôn khéo dễ gặp ngày kém vui

làm thơ hào hứng rung đùi
về những thằng bạn ngược xuôi cùng đời
xem ra hết đứa biết chơi
đề huề đồng điệu nhưng thời xưa xa

làm thơ yêu nước nhớ nhà
có gì dối dối ba hoa lấn vào
thật giả chẳng ra làm sao
cái ta thất thế bôn đào mưu sinh

còn mỗi làm thơ về mình
tự trào tự diễu cố tình tự vui
thú của quí cụ thường chơi
ta thiếu trà rượu vắng hơi thanh nhàn

thơ buồn thơ vui thơ hoang
mâm nào cũng múa đũa vàng thành gươm
vốc lòng bóp thành hạt ươm
mỗi ngày vẫn kéo yêu thương chầm tình

linh tinh vẫn hoàn linh tinh
và vẫn hơi hám hiển linh bất ngờ
làm thơ làm thơ làm thơ
nghề xưa tôi cũ bây giờ vẫn chơi | 26-7-2023

CỤM TRÚC

bạn hết lòng nuôi dưỡng
vật tượng trưng Quốc Gia
xanh ngọn Trúc quân tử
hồn Nguyễn Trãi đậm đà

gặp ta bạn sung sướng
run giọng khoe thiết tha
ta cũng run như bạn
được ngộ hương quê nhà

cụm trúc gầy yếu quá
ngọn lá như ngón tay
ồ không, như ngòi bút
lá tre nhỏ gầy gầy

hai đứa cùng là lính
quen nhau quân trường xưa
thằng nào cũng mỏng mảnh
nhưng cứng cựa có thừa

gặp nhau ôm thật chặt
ngỡ như cùng tình trai
để hai bà-con-gái
cười khen "dân ba gai"

*

rồi chia tay xa cách
lần nào ta ghé thăm
cũng hôn lên lá trúc
qua bàn tay âm thầm

lần gần đây hơi vội
và chị thiếu khỏe rồi
dẫu nhớ nhưng không thấy
cụm trúc xanh hơi người

ta chừ đang ở cạnh
một nhà gốc Việt Nam
mới đây ông trồng trúc
cạnh rào ta ngó sang

ông tử tế đề nghị
muốn nuôi ông sẵn lòng
cho bớt ta một bụi
cảm ơn, nhưng ta không

bởi nhớ Phan Trần Đức
đã từng cho ta rồi
tay không bằng lòng được
gốc trúc sớm lìa đời

trúc nhà bên èo uột
nhưng ông ấy mát tay
chuyên chăm vườn xanh tốt
ta không thể hại cây

buồn tình ta nhớ trực
con dấu trên văn bằng
hình ảnh trúc tổ quốc
giấy ố đọng ánh trăng

bạn hiền Trần Quý Sách
ta biết bạn gượng buồn
ta hơn bạn chút đỉnh
xin chia chút tình thương

đời buồn, đời buồn thật
cảm ơn trời cho vui
khuây khỏa cùng chữ nghĩa
đây đó ấm tình người
02-7-2023

HÀNH NGHỀ NGHỆ THUẬT

nếu được quay trở lại
làm một cậu thư sinh
tôi sẽ chọn và học
một nghề "nhất nghệ tinh"

đích thị nghề trang điểm
làm đẹp mọi người tình
(người tình là tên gọi
nữ phái, đấng thần linh)

họ, luật sư, bác sĩ
giáo sư cùng học sinh
công nhân với buôn bán
tiếp viên lẫn minh tinh...

*

trân trọng chào quí khách
nhan sắc mẫu số chung
không ai là thượng đế.
đều thuyền quyên, anh hùng

nguyện hết mình cắt tỉa
lông tóc thật dịu dàng
sáng tạo cách bới uốn
lộng lẫy ngang nữ hoàng

nguyện nâng niu làm móng
tay chân thật tân kỳ
loại bỏ da thừa chết
đẹp tiểu thư nhu mì

nguyện khéo tay xăm họa
nghệ thuật lên vóc người
những tác phẩm độc đáo
tăng vưu vật sáng ngời

*

dĩ nhiên giá không rẻ
miễn tiền mặt bọt bèo
cũng khỏi phải chà thẻ
nhận tiếng cười trong veo

tình vui cho ghi sổ
nợ thiếu sẽ không đòi
nhưng luôn nâng cao lãi
nhờ trả đến các vai:

- chồng ưu tiên số một
- người yêu đứng thứ hai
- thứ ba người thương quí
(tùy nghi, chưa biết ai)

phần thưởng cho công sức
tôi sẽ nhận chỉ là
hạnh phúc của tất cả
người, tôi chăm thành hoa
4-7-2023

TA VÀ THƠ

nhắm mắt không ngủ được
nằm thêm tốn thì giờ
dậy gõ bậy gõ bạ
giúp hồn được vẩn vơ

dật dờ chừng một chặp
sáng tỏ đường thi ca
dẫn cái tâm lẳng lặng
nở chữ thơ thành hoa

thơ ăn bớt giấc ngủ
thơ ăn bớt thức ăn
thơ ăn bớt nước uống
thơ ăn bớt thói quen

thơ ăn bớt nhiều thứ
không thể kể hết đâu
gọn lại thơ ăn bớt
sức khỏe, sức sống lâu

nhưng thơ được nhiều cái
điều này hẳn tùy người
riêng ta được tuyệt nhất
là thú vị cuộc đời

so sánh giữa mất được
thà chịu mất đôi phần
nhưng ta giữ ta được
phơi phới hồn bình dân
6.7-2023

CON ĐƯỜNG TÔI

đời tôi, có phải con đường?
đoạn đi, có lẽ khiêm nhường, vậy thôi

đều đều mỗi ngày theo người
tích cực sinh hoạt cuộc chơi nhân quần
người phía trước tôi sau lưng
đôi khi ngược lại cầm chừng, tùy nghi

không đứng lại nghĩa là đi
và đi không đứng tới khi bất ngờ
khó biết trước sẽ ra sao
tôi phải trình diện nơi nào, những đâu

có cần nên dúi tiền đầu
hồ sơ qua cửa xét mau nhận liền
hay bị giữ lại điều nghiên
lý lịch ổng quát dữ hiền lâu nay

đoạn đi tiếp nối sau này
không chừng đích thực nở đầy hương hoa
mơ hồ đoán trước thôi nha
làm người ai chẳng làm ma sau cùng

người ma hai kiếp hay chung
chắc ai cũng đoán chừng chừng vậy thôi
đường sống được gọi đường đời
con đường từ mũi có hơi ra vào

đường tôi còn những mơ hồ
chính tôi không biết lúc nào hết hơi
5-6-2013

NGÀY MÁ THEO TRĂNG RẰM

"giỗ không cúng ngày chết
cúng ngày sống nghe anh
để người quá cố hưởng
con cháu dâng lòng thành!"

em yêu, anh nhớ rõ
nhà anh cúng hai lần
"tiên thường" ngày còn sống
"chính kỵ" ngày vong thân

*

ngày mai, rằm má mất
mời nếm mặn hôm nay
ngày mai, Lễ Phật Đản
cúng tiếp má món chay

dù má mất chắc đã
đầu thai kiếp khác rồi
anh còn sống còn giỗ
em được lạy, luôn vui

*

và em hỏi sở thích...
má anh khoái thịt gà
được tiềm cùng thuốc bắc
hay xé phay đậm đà

má anh không uống rượu
cũng không hẳn ghiền trà
đọt chè non mới hái
món uống ruột của bà

*

gà tiềm không làm được
chè đọt lá cũng không
costco có gà nướng
trà hộp xanh là xong

hôm nay ta cúng mặn
những món anh thích ăn
ngày mai chay hợp khẩu
em tu theo thói quen

*

con gái qua lạy nội
hai cháu gọi cố bà
kèm theo một tiếng ngoại
ta nghe lòng vui ra

tối nay nhiều hy vọng
nhìn thấy vầng trăng rằm
tháng tư năm xưa cũ
má theo trăng thinh không
01-6-2023

TREO ẢNH MỖI NGÀY

chọn mặt ngày hôm nay
treo ảnh riêng nhúc nhích
mỗi tảng sáng chạm giày
tính mét hoặc tính bước

ảnh với bạn, vô duyên
với ta, niềm phấn kích
đậm đà lời động viên
gắng chậm giờ viên tịch

ảnh đầu ngày là chính
nhìn lại thấy ta đi
cảm nhận được ta thở
rộng hẹp không gian, tùy

(đa phần trong khung cửa
là chọn lựa ưu tiên
bước có thể dừng viết
nhanh chóng và tự nhiên)

thơ thẩn chỉ là phụ
giúp đi bớt chán nhàm
mỗi ngày mới như cũ
loại bỏ bi lạc quan
4-6-2023

CHẠY LOANH QUANH

ngày "mưa không ướt tóc"
từ một thuở xa xưa
đôi khi đã quay lại
cùng dĩ vãng đong đưa

ảm đạm đầu ngày mới
ngay từ giờ ra đi
chạy xe khác tản bộ
lòng tỉnh rụi, vô vi

điểm hẹn không nên nhắc
phố rộng lòng trống không
nội tâm cùng trời đất
gần như đã tương thông

*

tuần này nối tuần nọ
lẩn quẩn quanh xóm hiền
không tu Chúa tu Phật
hình như đã tu Tiên

đi xa là xuống núi
mong gặp người dân gian
chờ đụng bọn thảo khấu
chỉ gặp toàn đàng hoàng

mưa nhòa cờ biểu tượng...
lòng buồn càng buồn thêm
ngày đi trong cuộc sống
xe chạy tâm lênh đênh

lót lòng hương vị phở
phở ngon đã hết ngon
món hảo hạng hạnh phúc
tự cảm nhận trong hồn

chút nắng vàng chợt ửng
vui vui vẫn sống còn...
8-6-2023

BUỒN TÔI

tôi buồn cảnh phố đây vui
lẽ nào cảnh chẳng xem tôi ra gì
hay cảnh với tôi không đi
cùng chiều cuộc sống lạc bi quan đời

cụ Du xưa tuyệt bút phơi
lòng người chuyển hóa mọi nơi cùng thời
tâm sự riêng chọn điểm rơi
cho không gian của đất trời chung quanh

tôi chừ mòn nhẵn xuân xanh
trước thanh xuân cảnh, lòng thanh thản dần
cảnh như rượu từ mỹ nhân
uống vào tâm bớt đôi phần âm u

buồn tôi như gió đầu thu
như mưa bụi ẩm hồ như mơ hồ
dễ tan vào cõi hư vô
cảnh đời sống quá ngọt ngào hoan ca

buồn tôi, một nỗi buồn già
biết thân an phận xuề xòa vơi ngay
khi buồn tôi hay đến đây
Saint Laurent phố đêm đầy tinh hoa

ấm nồng từ hương thịt da
mát rượi cũng tự hương da thịt tình
vài vòng, minh mẫn hồi sinh
cảnh vui cứu vãn tâm linh bội phần
11 - 6 - 2023

10 NĂM MỘT CHẶNG SỐNG CŨ

mắc kẹt trong tổ quốc
hai tháng cộng mười năm
sau ngày bị giải phóng
biến thành người vô tâm

khởi đầu: học và tập
chính trị + động chân tay
tiếp theo: học khỏi tập
(vì bỗng dưng làm... thầy)

chế độ đẻ riêng tội
cho đám Ngụy lưu dung
"cặn bã của xã hội"
(ta được ghép ở cùng)

giấy phê: một sĩ nhục
ngày sống: khá ngon lành
chuyên môn còn trọng lượng
nhịp chân làm tành tành

*

cũng bắt tay cán bộ
nữ cán nhiều hơn nam
nhiều cái nắm thật chặt
muốn hủ-hóa dễ dàng

tà tà công việc tốt
có "thẻ công-nhân-viên"
tổ phường miễn công tác
đôi khi còn ưu tiên...

thỉnh thoảng tốn rô-líp
một sợi sên Ba Lan
đổi lại sự dễ chịu
thân thiết chơi ngang hàng

tám, chín năm viên chức
thừa giờ vui chơi chim
những mặt hàng vợ bán
tùy thời cũng mạnh lên

không văn gừng văn nghệ
viết lén khỏi lách gì
thảnh thơi xem bóng đá
thừa giấy mời thường xuyên

tất cả nhờ cái ghế
ngồi vọc số ngân hàng
kế toán trưởng o bế
nở mũi mày không gian

ngân hàng là mạch máu
của hết thảy cơ quan
duyệt chi một phần nhỏ
dược sắp xếp góp bàn

xã giao kiểu khá mới
vốn tiền đâu đầu tiên
chưa dám nhận hối lộ
nhưng nhậu nhẹt thường xuyên

thời đó chưa ai lú
cũng không chuyện đốt lò
dẫu có làm chi được
bởi chưa hề giở trò

đang tạm thời yên ổn

vừa sống vừa ghi hình
những phác họa tự ngữ
Hơi Việt Nam thời bình

thằng em bỗng bảo lãnh
phủi sơ bụi đi liền
không phí nhiều nước mắt
chỉ chi khá bộn tiền

sau một năm xuất cảnh
nền kinh tế thị trường
được áp dụng mở cửa
kịp cứu cõi thiên đường

*

ngồi không nhớ đời cũ
chẳng vì mục đích nào
viết khơi khơi cho có
khi đi không vẩn vơ
13-6-2026

KHI CHƠI NHẠC

thú chơi say đắm nhất
dâng hết cả tâm hồn
quên luôn cả trời đất
sự đời ngỡ không còn

niềm vui không thể hiện
lộ liễu qua tiếng cười
đằm thắm trong tha thiết
rúng động cả thân người

khi mơ màng mắt khép
lúc nhìn rộng xa xăm
ngỡ như tụng kinh kệ
sâu lắng tận nội tâm

rạng rỡ từ nét mặt
linh hoạt đều tứ chi
thân hồn đang cùng thở
theo âm thanh diệu kỳ

phút hoàn toàn thoát tục
giây phụng hiến chí tình
nỗi hạnh phúc tràn ngập
quên hẳn đi chính mình

thi ca chưa hẳn sánh
hội họa chưa chắc so
tình yêu may ngang ngửa
cõi lạc thú mơ hồ

đó chính là chơi nhạc
dìu dắt bởi thanh âm
ngôn ngữ không phân biệt
chủng tộc cùng sắc dân
19-6-2023

NGHE NHẠC

tôi nghe nhạc kiểu bình dân
thượng tầng hạ đẳng thanh âm trong đời
đương nhiên bạn sành hơn tôi
nhưng tôi nghe nhạc như tôi hát mà

tất cả từ tâm tôi ra
máu lưu thông phổi mượt mà dòng hơi
tôi nghe nhạc để yêu đời
nên không cần vói tiếng rơi vỡ thầm

thế nào là nhạc bình dân
côn trùng chạng vạng vang ngân thế nào
cú ăn đêm ngó ngôi sao
hứng tình lên tiếng ai nào hiểu ra

tôi từng nghe nổi da gà
âm thanh rời rạc hóa ra thâm trầm
tiếng gà sáng nhờ thinh không
chào mặt trời mọc với lòng thiết tha

què quặt so sánh giỡn nha
nhưng trong đùa ấy thiệt thà chê tôi
vốn từng lắng nghe tiếng ruồi
tiếng muỗi giữa những tiếng cười hành dâm

nói hoài hai chữ nội tâm
hiểu chăng chút chút mình chân thật là...
nghe nhạc không nghe qua loa
tôi gác mọi việc thiết tha lắng lòng

không nghe để dỗ giấc nồng
bởi nghe thức trắng theo dòng tâm tư
tưởng tượng suy nghĩ bù trừ
với từng nhạc sĩ cho tôi ké đường

nhạc sang nhạc sến cải lương
mỗi hồn vía đậm chất hương cuộc đời
không đủ "trình" phân lắm lời
dành làm luận án cho người nào thuê

tôi treo nhạc, ai chửi thề
là góp tiếng hát không nghèo vị riêng
trong lộn xộn dễ ưu tiên
một huyền hoặc ngẫu nhiên rất thường
16-5-2023

HIỀN HIỀN CÓ CHÚT HOANG HOANG

già xưa nghiêm trang đàng hoàng
phương phi cốt cách rỡ ràng thế gia
già qua thân thế chừ ta
học theo sớm chết, cả ma không thành

tự sướng không thể, thôi đành
tự vui theo vốn đời dành riêng ta
biết qua loa cụ Tản Đà
cụ Tú Xương với cả bà Xuân Hương

bắt chước tự trào đôi đường
cho có thi vị văn chương với đời

cụ Đồ Chiểu thật tuyệt vời
dựng nhân vật chính hơn người cõi nhân
thế nhưng thiên hạ cù lần
bắt anh hùng gánh đôi phần đa đoan

giả danh là tội việt gian
vu cáo đặt chuyện rõ ràng lưu manh
thế thời hỏng từ chiến tranh
kết thúc đảo ngược, cũng đành ngậm nghe

dài cổ đợi chưa thấy phe
có minh chủ khả dĩ khoe hoàng kỳ
buồn tình chẳng biết làm chi
tập vẽ con cóc có khi danh thành

mượn hình ảnh không được thanh
bụi môn quần chúng tinh ranh chọc cười...

*

đi bộ một chặp có rồi
mấy câu lên bản thơ phơi đầu ngày
hôm nay sống vui hôm nay
làm thơ cố giữ sợi dây trường tồn

bởi thiếu điều kiện để chôn
mà thiêu xác cháy bỏ hồn không cam...
16-6-2023

DÓC TỔ CHA

không dám đọ sức so vai
và tôi tự biết rằng ai ngang tầm
+
với tôi
=
đó là đám đông
"bình dân học vụ"
một lòng ham chơi

nôm na gọi là
                    yêu đời
                là
                    yêu đủ thứ con người ước ao

cổ kim vẫn tuyệt biết bao
cái cụ thể
cái-hồng-hào-thần-tiên
mà ai cũng có đủ quyền
trời sinh đất dạy hồn nhiên sinh tồn

so mọi người, tôi có hơn
không thua một mảy tơ non mảnh nào

hơn người trội mớ chiêm bao
giàu sụ vớ vẩn thở vào thi ca
tự tặng huy chương:
                                KHÔNG GIÀ
còn chết ?
chưa biết

ta mà chết chăng ?
19-6-2023

HIỆU ỨNG ÂM NHẠC

rảnh mắt xem cũng khoái
rỗi tai nghe cũng vui
âm nhạc góp cứu rỗi
phút ngã lòng buông xuôi

nghe nhạc không hẳn hiểu
may ra cảm ngẫu nhiên
sao biết vịt nghe sấm
không cảm được thiên nhiên?

tôi nghe tựa như uống
không hẳn khát thèm chi
nhạc như rượu như nước?
hay lệ xuôi nhị tì? (1)

ngờ mình đã nghễnh ngãng
nghe nhạc kịp hiểu ra
trí tâm còn quang đãng
dẫu ít nhiều phôi pha
20-6-2023

ĐỜI HƯ

lưu lạc hay là lưu vong
cũng là bỏ nước long đong quê người
nghèo nàn lý tưởng, buông xuôi
thiếu tự tin sớm chôn vùi ước mơ
vô tâm chọn làm nghề thơ
báo hại chữ nghĩa dật dờ theo ta

còn thêm tật dính Trung Hoa
qua phim chưởng, giọng tà ma hát gì
mịt mù chẳng hiểu chi chi
vịn âm thanh cảm lệch đi ý người
ham xem nghe để mua vui
thêm chăng lầm lỗi kiếp đời lang thang?

tưởng sơ sơ hóa đa mang
tên tuổi kể cả dung nhan nhớ hoài
thích người thích cả từng vai
truyện phim vanh vách nhớ dai quá trời
tuổi già tuyệt đối thảnh thơi
hôm nay ngộ lại nhiều người nhiều vai

*

vai chính vẫn tôi chớ ai
thức đêm chống mắt ngó hoài Hoàng Dung
Quách Tĩnh khờ khờ khùng khùng
Triệu Minh tình độc trộn cùng tình chung
Trương Vô Kỵ bỏ anh hùng
vẽ mày cho mỹ nhân cùng chiếu chăn

Nhậm Doanh Doanh lòng sáng trăng
giáo chủ Nhật Nguyệt.., khó bằng tình yêu
vì Lệnh Hồ Xung quyết liều
lên thiếu lâm tự mặc tiêu cuộc dời

tình đẹp đôi liền thành đôi
Kim Dung ra ngón nghề chơi công bằng

Điền Bá Quang đúng là thằng
biết chơi tới bến gió trăng tuyệt vời
Lão Ngoan Đồng hơi giống tôi
thất thường mọi chuyện xem đời linh tinh
để xem mình suýt thất tình
những ai trong đám minh tinh tuyệt vời

Lâm Tâm Như mơ một thời
Hoàn Châu Cách Cách sáng ngời mặt hoa
Trương Mạn Ngọc mắt tinh ma
Đông Tà Tây Độc mắt xa thật gần
Xạ Thị Mạn dân Hồng Kông
Ỳ Thiên Đồ Long Ký tình lồng trong gươm

gần như hầu hết quí nương
Thư Kỳ, Trương Mẫn... đều ươm mầm tình
Chung Lệ Đề với Đường Ninh
Ôn Bích Hà... chạm rung rinh... tâm thần
Xin dùng hai chữ vân vân
túm cho gọn gói mỹ nhân đã nhìn

*

Với là, thơ thẩn đầy mình
nếu ngồi gõ miết bực mình người xem
nên phe nam giới, không quên
nhắc tuy khá ít, không quên tên nào

văn giới cho tôi tào lao
vui thôi, xả láng cho thơ phiêu bồng
Đài Loan cùng với Hồng Kông
đất Tàu thiếu cộng quả ngon hơn nhiều
21-6-2023

THI VỊ HÓA CÚ ÔNG TÁO ĐỠ

so té sấp té ngửa
té ngửa thường nặng hơn
trúng ót dễ vỡ sọ
chóng nghe cổ nhạc đờn

ò e tiếng kèn thổi
eo éo tiếng đờn cò
đưa ma những năm trước
bài bản thật rõ to!

*

tôi hai lần té sấp
một trước cửa Eaton
không hề hấn gì mấy
gãy cái kính Ryban

lần nữa sát trạm bus
không xa trước hông nhà
khuỷu tay trầy vì chống
hư máy ảnh Nikon

sáng nay đã ngã sấp
may có ông Táo che
kịp chụp vào mặt bếp
hú hồn, vẫn khỏe re

*

chẳng phải thiếu cẩn thận
thân nhướng tới bình thường
đế giày dính sàn đứng
vậy là thân mình buông

hồi nhỏ có mụ đỡ
té hoài mau lớn khôn
đường đời cũng thường té
qua nhiều vụ ba lơn

*

té là một động tác
thật hoàn toàn bất ngờ
tiếp liền tùy phản xạ
để sau đó ra thơ

chuyện thật thi vị hóa
không dễ lắm đâu nha
phút bất thần có giữ
để xem caméra
29-6-2023

PHI TRƯỜNG

phi trường là cái sân bay
sân bay tên gọi thật hay phi trường
là cảng, là bến... bình thường
là chi chi nữa cũng buồn và vui

buồn vì chia tay ngậm ngùi
vui nhờ bay ngược về xuôi đường trời
đường mây đường gió khơi khơi
đường bay chính xác trong đời chính danh

sân bay quen thân Dorval
trong lãnh địa Montréal, gần nhà
(bảy-chín cây số tầm xa
một giờ mười bảy phút tà tà chạy xe)

hình như nhiều lần tôi khoe
khi buồn chở gió lên nghe tiếng gầm
thời đó qua vài chục năm
khi tôi trống rỗng nội tâm hằng ngày

bây chừ mỗi năm lên đây
hai lần đưa đón trong ngày về đi
gã con qua xứ Hoa Kỳ
vui vẻ thêm một chút ni rõ ràng

năm nay bốn lần nghênh ngang
đến phi trường để chàng ràng vậy thôi
bay với tôi hẳn xong rồi
ngoài chờ bay khói lên trời hóa thân
16-4-2023

PHÒNG HỜ

về già nên chọn bệnh
để chết cho có duyên
chết già nghe thảm lắm
và hơi khó thành tiên

tôi lỡ già quá trớn
giỏi lắm thành thánh hiền
nghĩa là vẫn trần tục
trong thế giới quàng xiên

tôi mong chọn được bệnh
phát giác là chết liền
khỏi đau khỏi chạy chữa
khỏi tiếc nuối loạn thiên

tám mươi, tuổi để chết
ngẫu nhiên và tình cờ
nhiều khi còn không kịp
viết bài cuối đời thơ

nên mỗi ngày gắng viết
vĩnh biệt đời ít câu
dẫu lát sau chết tiệt
cũng có chữ lót đầu
27-4-2023

ĐỔI ĐỜI ĐÁNG ĐỔI ĐÓ THÔI

nghĩ đi nghĩ lại nên mừng
miền nam bỏ cuộc nửa chừng, tốt thôi
cứu đồng bào bắc đổi đời
giúp đồng bào nam được thành người xứ xa

giả dụ cuộc chiến vẫn là...
đồng bào miền bắc chừ ra thế nào
dĩ nhiên cũng có ngôi sao
lưỡi liềm cái búa trên cao sáng ngời

bằng khen, huy chương treo chơi
không nghe không thấy cuộc đời, khỏe re
vẫn loa phường rỉ rả khoe
liên xô bay quá ngọn tre hoa kỳ

tre hoa kỳ mọc chữ "chi"
bạch kim khác với xanh rì đồng ta
tiếc nhớ những tiếng tù và
tiếng ếch tiếng nhái hoan ca anh hùng

tạ ơn miền bắc, nói chung
toàn dân cơ cực, trời không ưng lòng
vậy nên chừ được thong dong
lẽ trời quả thật cảm thông ban lành

niềm nam mấy triệu hy sanh
vẫn còn cái gốc ngon lành đó thôi
đổi đời cũng có đổi đời
bù qua sớt lại hơi hơi .... công bằng

buồn ngón tay gõ lăng nhăng
bắc trừng nam trợn... đều quen cả mà
hai phe về chung một nhà
có chung chưa cội quốc gia lạc hồng?
24-4-2024

CHÂN GIẢ CUỘC SỐNG TA

giày chân da, chân vải
chân có vớ chân không
đứng đi đời tự tại
không gian một nhúm lòng

vẫn hai chân trái phải
bàn bên trong khác nhau
đời luôn có phải trái
cặp song sinh có nhau

đúng điệu như đực cái
ta lẩn quẩn trong nhà
không nhất thiết lịch sự
ngại xấu đẹp chánh tà

tất cả tạo thuận tiện
chợt mang, chợt tháo ra
giữ cho bàn chân thiệt
thoải mái thật tối đa

chân trái vốn là chuẩn
khởi đầu cho bước đi
dù bàn mất cảm giác
nhưng linh cảm tức thì

vẫn giữ đời thế đứng
tuy không mấy uy nghi
ngó lướt qua an phận
mất sơ sơ phương phi

giày hai bên hai kiểu
khi rú rú trong nhà
không gian ngoài cửa mở
sánh đẹp đôi tà tà

bên giả bên không giả
chỉ chút xíu sau cùng
cảm nhận như giả hết
yếu thế cuộc sống chung
04-3-2023

ĐƯỢC THÊM MỘT LẦN GIỖ CHA

giỗ cha chẳng biết cúng gì
quả thật đồ cúng không tùy phụ thân
cúng xong con cháu hưởng phần
có khói hương ngấm mùi trầm hiển linh

khẩu vị cha, may giống mình
chè xôi bánh trái linh tinh bình thường
cá mắm loại khỏi cúng dường
vì cha cũng ngại mùi hương vị này

ít nhiều trục trặc lâu nay
con đủ ba loại cao đầy hiểm nguy
nên chè lạt, ngọt tùy nghi
chén to chén nhỏ em ghi rõ ràng

chén nhỏ ngọt chưng chung bàn
chén to em giữ riêng chàng làm thơ
ham ăn, tôi xơi hồ đồ
một ngọt hai lạt trộn vào nuốt chung

*

giỗ là hình thức nhớ nhung
tiếc thương chừng đã hơi lưng lưng rồi
tôi trình rất thật lòng tôi
kính thương cha, tôi thương tôi chí tình

giỗ quê người thiếu linh đình
nhưng không hề thiếu hiển linh tôn thờ
không cần chải chuốt câu thơ
vái xong ngồi viết vẩn vơ sự tình

nam mô… (máy phát câu kinh)
A Di Đà Phật… hồn lung linh buồn
ngỡ chìm luôn theo tiếng chuông
thì ra đâu có vơi thương nhớ người

hương thắp tiện tặn… ngậm ngùi
sợ còi báo cháy lên lời vang xa
ngước nhìn chân dung cha già
còn hai năm nữa con già bằng cha…
09-3-2023

MIỄU

tặng nhà văn Nguyễn Lệ Uyên

hôm 26 tháng 1
theo một em qua cầu
cây cầu tên Rạch Miễu
nào có biết về đâu

hồn em tôi lưu giữ
trong vài chục câu thơ
tình tôi em có giữ
vào kín chỗ giấc mơ?

hôm nay bạn lại gửi
cầu Rạch Miễu xem chơi
hẳn số tôi có Miễu
sau khi vãn cuộc đời

cảm ơn bạn báo trước
tin này là tin vui
tôi Quảng Nam mất gốc
đang lưu lạc xứ người

đang lo tìm Am nhỏ
lộ ra dạng Miễu to
lại về gần quê quán
Bến Tre từng hẹn hò

người chết được vào Miễu
chí ít cũng là thần
tôi thành thần cũng đúng
thứ thiệt từ nhân dân

thần tôi sẽ tiếp đón
hiền nhân cùng nữ nhân
tặng lá bùa trường thọ
cho ai còn lương tâm

quả là tôi lú lẫn
lương tâm ai không còn
trừ một phần nho nhỏ
đang ký sinh nhân dân
10-2-2023

GIỖ MẸ LỚN LẦN THỨ 38

(bà họ Ông, ở cùng thôn xã với ngài Ông Ích Khiêm, tại Phong Lệ nhưng không biết có bà con chi không)

cha đào hoa, tôi nhiều bà mẹ
điều rất may ai cũng thương tôi
lắm con trai, nhưng tôi là ngọc
một loại châu nho nhỏ tinh khôi

khi lên 9 ở cùng mẹ lớn
từ "mẹ" dùng chính thức đầu tiên
khác với "má" sinh nuôi từ nhỏ
(người cho tôi roi vọt tự nhiên)

ở với mẹ tôi như người khách
chỉ một câu vỏn vẹn thế thôi
đã nói đủ bao dung cao thượng
chẳng cần chi thơ thẩn lắm lời

mẹ răng trắng to cao vững chãi
bà già xưa không biết ăn trầu
không hút thuốc nhưng mà uống rượu
dù chỉ đáy ly giữ giấc ngủ sâu

rượu mẹ uống chỉ là rượu trắng
tôi đi mua quán bác Hội Du
mỗi chạng vạng cầm ly bé tí
đi như về chỉ hai cái vù

rượu không đủ nhiều tiền mỗi bận
nên bác Du không lấy tiền liền
lưng nửa tháng mẹ bưng ang thóc
trao đổi đề huề rất tự nhiên

tôi thường được mẹ sai mua rượu
một đôi lần tò mò uống chùng
chất cay cay tê tê đầu lưỡi
hơi nồng nồng hắt hơi quá chừng

một bữa nọ vừa đi vừa nhấm
rượu chạy qua cổ họng hơi nhiều
sảng hồn vội quay ngay lại quán
khai với bác Du té đổ, thật liều

bịa khó tin nhưng mà hiệu quả
rượu lưng lưng một muỗng múc canh
có đáng gì, bác đong muỗng khác
mắng cái thằng, trổ mã ma-lanh

là con trai mẹ tin giao khoán
thay nước, thắp hương các bàn thờ
mỗi đầu tối không bao giờ sót
dù đôi lần tôi sợ vu vơ

khó kể hết chăm lo của mẹ
khi ấm đầu rách áo đứt tay
mỗi ngày chợ tôi vui kẹo bánh
chưa khi mô mẹ quên một ngày

mẹ mê sách nhưng lười mang kính
thường thuê tôi đọc truyện văn vần
chừ nhập tâm thể thơ lục bát
nói ra vè dễ dàng như không

nhớ mẹ nhất mỗi lần sắp tết
mẹ chăm lo làm bánh rất nhiều
bánh thuẩn, bánh in, xôi đường, bánh hộc
bánh tét đòn dài nằm đầy mặt nia

đừng vội bảo vì ăn mà nhớ
nhớ tấm lòng mẹ quí thương tôi
dẫn hớt tóc, đi đo quần áo
tôi hân hoan ngỡ đã thành người

là trụ cột nhưng cha rất hiếm
ghé bước vào chỗ thật sự linh
ông trốn về từ vùng tạm chiếm
ngày đón tây đêm phải tiếp việt minh

không vái lạy thắp hương chi cả
ông đang lo cách chạy ra Hàn
mở lớp dạy học trò hổ lốn
cách an tâm trông đợi thời gian

ba mùa Tết của tôi luôn đẹp
đội ơn trời thơ ấu khó quên
khi nhớ má là khi lẫy mẹ
cơ hội buồn cũng thật êm đềm

*

ba ngày sau tôi đi mẹ mất
không được nhìn khuôn mặt thân yêu
ở xa nhà âm thầm tôi khóc
lệ chẳng bao lăm mà ấm ức nhiều

chừ thì đã quá lâu chia biệt
tôi chưa già bằng mẹ cha tôi
so mẹ lớn, tám năm hơn nữa
với cha già, hai năm nữa thôi

riêng má đi chưa đầy tuổi thọ
đất di cư tiên phước tiên châu
nghề bán buôn giữa rừng cùng núi
tu hay tù cũng độc như nhau

hôm nay giỗ cúng cơm lên mẹ
chai bia lùn thay cốc rượu trong
con hết dám uống chùng uống bớt
còn rót thêm vào đó tấm lòng

mỗi lần cúng con nhìn hương khói
không quên hỏi thầm dòng khói bay xa
chuyến bay nào đã đưa mẹ đến
chính phủ nào đã cấp visa

mẹ lẫn cha má con cũng vậy
chắc vẫn thường linh hiển đến đây
gia đình con luôn luôn hạnh phúc
đã chứng minh rõ được điều này

mẹ thích thơ nhưng con không đọc
bởi chẳng như "Chàng Nhái Kiễng Tiên"
thơ của con thấp hơn mấy bực
lú nhú chuyện đời không mấy bình yên

mẹ uống bia, ngồi chơi một lát
khói tách trà vừa hết chờn vờn
ngoài cửa gió ít nhiều không biết
lòng con chừ có đang cô đơn?

sau giỗ mẹ đến cha, nhạc phụ
má sau cùng vào rằm tháng tư
chưa biết được ngày con tiếp nối
còn vợ con thắp hương khói viễn du?
17-02-2023

PHI TRƯỜNG
PIERE ELLIOTT TRUDEAU

phi trường Trudeau hôm nay
ta đi gần méo đế giày, hụt hơi
sân rộng ra, ta già rồi
hai phát triển xúm chung chơi sức mình

tưởng chừng như ngưng nhịp tim
từ bãi đậu đến check in vé tàu
ù ù cạc cạc trong đầu
đi theo chơi quấn cả râu tóc cùn

không đâu vui bằng phi trường
không đâu sánh được nỗi buồn sân bay
nhiều năm trước thường lên đây
chạy ngang cửa đến rồi quay trở về

chở gió, thú chơi u mê
lòng mong ai đón xin về, rước ngay
vẫn hoàn toàn chỉ gió bay
thỉnh thoảng đôi mắt chân mày nhìn qua

(ngó khác với liếc nhiều nha
đang cầm tay lái khó sa đà nhìn
mình cũng vậy mong gì em
vẫn chờ lãng mạn mũi tên bất ngờ)

ngã vào bãi đậu bây giờ
rắc rối phức tạp ngơ ngơ lộn liền
phiêu bồng du lịch vô duyên
oái oăm nuôi cái thú ghiền đón đưa
18-02-2023

CÓ NHƯ KHÔNG CÓ

"Giặt Áo Quần Cho Vợ"
cũng cả gan làm thơ
bạn ta, Chu Vương Miện
mắng cho - "thật tào lao!"

nhưng bài thất ngôn ấy
bay rộng nhờ mọi người
tìm sống khắp thế giới
cùng nhau chia ngậm ngùi

chuyện ấy nay đã cũ
nằm bẹp trong văn chương
kiệt sức chưa, không biết
riêng ta vẫn thấy thương.
*
sáng nay lại mang giặt
đống áo quần trong tuần
không vò vắt tay nữa
bấm máy đỡ mỏi lưng

giặt máy quả tiện lợi
nhưng mất hẳn tâm tình
cũng chẳng sờ lại được
hơi vợ chồng lung linh

thớ vải đường kim chỉ
nhãn mác xuất xưởng nào
hơi mồ hôi da thịt
mất lời tiễn biệt chào

"nhàn cư vi hữu thiện"
chắc đúng là lúc này

không ai sai khiến cả
hứng giúp em một tay

*

chuyện nhỏ như lá mít
rụng gió lớn vườn xưa
chuyện có như không có
tình bỏ ta như chưa...

thơ ta bám đời sống
bất cứ nhỏ nhoi nào
nhiều khi hơi giống giống
cố ý để thơ vào

những câu thơ ế khách
thường khá vui riêng mình
viết là biết sẽ mất
một đôi chút thân tình

*

lười biếng trèo thang gác
cũng thương đầu gối cùn
ngồi đây nghe máy chạy
tiện tay viết luông tuồng

bài giặt áo quần mới
Chu Vương Miện đọc không
chí tôi cùn hết lớn
bạn mắng chơi hay không?

bởi chợt sợ đời nhiếc
nên đề bài mơ hồ
lơ hẳn nội dung chính
làm thơ cùng giặt đồ!
28-02-2023

VẪN LÀ MỘT ÔNG GIÀ XƯA

vui không đến chốn đến nơi
gọi là vui được nửa vời qua loa
hôm nay vào ngày mùng ba
hai đứa cháu nội phương xa mịt mù

đúng là đời ta vụng tu
"trọng nam khinh nữ" lòng xù đã lâu
nhưng không khỏi hương vị rầu
chuyện đích tôn vẫn ăn sâu trong lòng

cháu nào cũng cháu, dễ không!
ước chi nước mắt ròng ròng chảy ra
bào mòn bớt nỗi xót xa
mù hướng mắt ngó phương xa vời vời

cùng đang sống ở trong đời
hiểu thương ta được mấy người nhân gian
thơ bất đắc dĩ này làm
ta lún sâu xuống hoang mang trách mình

làm thinh cố gắng làm thinh
dẫu chi cũng sắp vô hình không lâu
xin cho yên ổn tâm, đầu
vui vui câu lấp tóc râu cùn mòn

nhìn ly nước nóng vẫn còn
sáng nay chưa uống, nghẹn trong cổ già
khạc được ít câu này ra
vuốt lồng ngực ngó bao la tối màu

đất trời đã ửng sáng đâu
hiểu hay trách lòng cũng đau xót lòng
24-01-2023

MÊ CHIM TRỜI

thiên nhiên vang vọng tiếng tình
một phần trời đất u minh tỏ lời
tiếng chim tha thiết yêu đời
pha than van những bồi hồi nhớ nhung

phân cao thấp, luận anh hùng?
bảo vệ lãnh thổ một vùng sống riêng
sảng khoái hách dịch hồn nhiên
chim vườn rừng núi điệu triền miên ca

*

tôi đang lưu lạc xa nhà
thèm xót ruột tiếng sơn-ca chích-chòe
nhớ con chèo-bẻo ngọn tre
lời thô thiển rớt rè rè khô khan

chào-mào lảnh lót nhịp nhàng
xa gần trầm bổng tràn lan góc trời
những con khướu núi tôi nuôi
ô cùng bạc má giúp tôi nở mày

vành-khuyên trong lồng xách tay
với nghệ thuật líu đủ gây mê lòng
họa-mi nhẹ đổ từng dòng
thôi thúc, tha thiết, mặn nồng, thị uy

lâu lâu nhiều giọng lạ kỳ
cộc lốc, chua chát đôi khi xa vời...
tiếng chim phong phú giữa trời
nguồn ngôn ngữ, gọi tuyệt vời thôi sao?

*

chưa bao giờ chưa lúc nào
nghe chim gì hót tôi không nao lòng
kể cả tiếng cú qua song
tiếng chim khách tạt viễn vông báo chờ

mê chim từ thuở ấu thơ
nỗi mê già đến tận giờ vẫn mê
thiên nhiên hoang dã bốn bề
nhiều khi hơn cả môn lề đường đi

trăm năm giữ tuổi thiếu nhi
nhưng dễ chi được nhiều khi già khằn
em viện trợ chút tình chăng?
mà thôi, tình ái thêm nhăn mặt lòng
12-12-2022

CHO HẸN

cô y tá Do Thái
khi cho hẹn tiếp theo
nhìn hồ sơ phát hiện
ngày sinh ta chợt reo:

- cho ông ngày này nhé
luôn tiện chúc mừng ông
ngày sinh nhật sáng mắt
(cô không biết sáng lòng!)

vậy là ta sớm có
quà mừng tuổi 82
trong vòng ba tuần nữa
đã nhận từ hôm nay

"mẹc-xi-bố-cu" lắm
quả thật không kéo dài
ít ra phải tháng rưỡi
bệnh nhẹ thường lai rai
14-12-2022

LÊN LỊCH

từ nay đến cuối năm
thử máu, bắn bụi mắt
còn phải đi ba lần

hôm nay ngày thứ nhất
thử sức đọc A, B
rồi về với lịch hẹn

*

sống chờ đến hăm hai
rút máu, tiểu vào ống
dọn đẹp đường tương lai

lần thứ ba bắn bụi
trưa này sẽ biết ngày
lần gặp mặt ống khám
chắc chắn vào năm sau

*

Hôm nay trời khá lạnh
chừ trừ 10 độ âm
bắt đầu đi chín rưỡi
cảm tưởng đi hành quân.

lịch hẹn cho sức khỏe
mỗi năm một thêm dày
thân cùng hồn sứt mẻ
chữ vụn cứ phây phây
13-12-2022

CHIA LY VẬT DỤNG CŨ

trước những biệt ly lặng ngậm ngùi
cơ hồ như thể thói quen thôi
ta thường đờ đẫn khờ ra mặt
bịn rịn tay sờ chạm tới lui

vật nhỏ vật to đã được dùng
nao lòng bịn rịn nhớ tiếc chung
săm se thân thiết từng vật dụng
kỷ niệm từng ngày vô hình dung

phủi bớt thân phơi nhúm tuyết nằm
đè nhau chịu lạnh suốt đêm âm
xót xa từng vết mòn hao xước
những bạn vô tri đã sống thầm

một lát nữa đây tiễn các em
ta nhìn thật rõ để lâu quên?
nhớ ư, ta nhớ chừng mấy phút
vâng chỉ dật dờ một thói quen

lạnh quá bất ngờ húng hắng ho
có phải ta đang sống giả đò?
lòng ta ta biết không hề dối
không chút hổ ngươi trước áng thơ

lặp lại nhiều lần những vẩn vơ
"mai kia mốt nọ" tiếp tình cờ
ngây ngô lãng nhách mòn cảm xúc
ai biết tình ta thêm dồi dào
28-12.2022

GIỮ "GHẾ THƯỜNG TRỰC"

không ở Liên Hiệp Quốc
không tại xó làng nào
cái ghế tôi thường trực
thâm niên ngồi, xác xơ

tổng thể dạng xuống cấp
xuất xưởng đã tầm thường
theo ngày lụn bại mãi
gần hết đường bi thương

ngày ngày tôi ngồi đó
giờ giờ tôi tọa thiền
luyện cách tĩnh trong động
biến động tĩnh hồn nhiên

thịt xương da các cái
năm ba ký lô hơn
đứng lên cùng ngồi xuống
mặt ghế lún cùn mòn

điều chỉnh lên lười biếng
chồng đại cái gối bông
ai bảo mạnh tay viết
nhẹ tênh ngọn lông hồng

nặng câu thơ ở đó
nhẹ dòng văn nơi này
viết chẳng cần chi lách
tự do hành cái thây

cái ghế thường trực ấy
tôi chưa rời bây giờ
14-9-1922

THƠ VIẾT TRÊN KHẨU TRANG Ở LỄ ĐƯỜNG SAINT HUBERT

ngày mới vào nửa buổi
qua đường Saint Hubert
gió bay không cuốn bụi
nắng lạnh vây quanh xe

một chiều đường xe chạy
lang thang không hẹn ai
chợt hứng gặp khoảng trống
dừng xuống hưởng khoan thai

gặp mặt ghế sạch sẽ
mông đặt xuống ngẫu nhiên
người ngồi trước chẳng để
dấu hương gì lưu duyên

tâm trống cùng tay rảnh
quyền biến thơ bất ngờ
ra lệnh cho cố tật
đẻ rớt những vẩn vơ

tìm không ra rẻo giấy
ngửa khẩu trang dự phòng
lạ, chất gì khó viết
có dạng chữ như không

nhưng mà thơ có đấy
nếu nhìn bộ dạng tôi
lừng khừng cái trò khỉ
mãn nhãn bài thơ rồi
15-9-2022

CÉLINA LE

cháu nội gái nhỏ nhất
chiếm quán quân trong nhà
tình thương cưng tất cả
không riêng gì mẹ ba

mẹ Huế bắt gọi mẹ
cha Quảng quen gọi ba
từ nào cũng ấm áp
tình thương yêu đậm đà

con bé không làm nũng
nhõng nhẽo như bình thường
chạy chơi từng chặp ngắn
bu ba đòi bồng, thương

nụ thương nó rõ tiếng
có sức nghe mát lòng
bất kỳ ai cũng vậy
đã thương luôn luôn ngon

tính tình như thằng bé
mạnh dạn và hơi... hung
ít chịu thua trang lứa
những đứa nó chơi cùng

đồ chơi của riêng nó
đụng vào giật lại liền
không được nhào vô đánh
không khóc quả không hiền

đồ chơi chung nó thích
một đôi khi hay giành
nhưng la, trả ngay lại
không khóc đòi tành hanh

hơi cứng đầu khó bảo
dạy đi thưa về trình
tự ý hứng thực hiện
giục nhắc lơ làm thinh

mẹ cha đi vắng hết
ở nhà ngoan vô cùng
nhiều khi còn biết nịnh
ông, bà, chú rất cưng

chị nó thương chiều lắm
luôn chị chị em em
được trớn nó ăn hiếp
chị khóc nó chợt hiền

ra đường thích đội mũ
lưỡi trai ngược phía sau
tò mò nhìn đủ thứ
chạy và đi thật mau

bà nội thích nó nhất
ở cái tính con trai
mặt con gái sáng sủa
nhưng luôn lộ ba gai

giống chị rất thích vẽ
ở nhà trẻ trở về
cũng đến tôi xin giấy
mượn viết quậy hả hê

tôi luôn thừa giấy trắng
nhưng giấy chúng vẽ rồi
nạp lại tôi cất viết
linh tinh những câu rời

nhiều bài thơ từ đó
khởi đầu và thành hình
dán chơi cùng có cả
hiện diện trên sách in

cũng may sống bên cháu
càng biết rõ tuổi già
khoái thích đám nhóc nhỏ
quí cưng bậc nhất nhà

ai nghĩ tôi thích tĩnh
là có phần sai lầm
tôi thích mọi tiếng động
âm nhạc tiếng trẻ con

nếu nhà đi vắng hết
tôi phải nghe phim tàu
tiếng ăn uống đấm đánh
chợt như có chiều sâu

chị em hai cháu nội
lên năm và lên hai
đều đã chơi ipad
chẳng làm chi ồn tai

chú Bách cưng của chúng
thỉnh thoảng cho chơi game
thằng út cưng hai cháu
bà nội càng vui thêm
16-9-2022

VẤP

lúc này
bước hay vấp chân
xem chừng đến lúc
sắp cần gậy đưa

đàn ông
trời cho của thừa
một cái chân ngắn đu đưa giữa chừng
chân này đảm nhiệm cái cung
co dãn để bắn
thảm nhung
Cửa Trời

bắn
từ lóng, giới ăn chơi
dân chơi
dùng chữ không tồi là
ĐI

Đi này khác với vu vi
trên đường cuộc sống thu chi bình thường
cũng khác Đi trong văn chương
(lên bài tạp chí từng kỳ báo in)

ở đây
đi của cội tình.

vậy là khó giúp lộ trình thong dong
hình ảnh cái cây ba-toong
xem ra sáng nước
nếu còn lang thang

chống gậy
đâu dễ nghênh ngang
thời lính rách áo về làng dưỡng thương
chống
lúc ấy là cùng đường
cửa trời
đực mặt nhìn suông thật rồi

(cửa trời - chữ dùng riêng tôi
có chi không phải xin đời bỏ qua)

làm thơ
gắng không than già
ngẫu nhiên
nhấn mạnh mình đà
lão ông

sáng nay vấp đến hai lần
véo da
thoa xuống mũi chân,
xong rồi.

nhất định giữ bước thảnh thơi
vui năm năm nữa
"hạ hồi tính sau"
(mượn chữ người kết cho mau)

17-9-2022

GIÀ ĐẦU DẠI GÁI

rồi ra
ta cũng
ra rồi
"tinh hoa phát tiết" một đời dài ta

sắc nhan
Em gần
Em xa
cõi miền thần thánh em là
đất sinh
lưu tồn nhân loại hữu hình
tạ ơn thượng đế
tạo tình,
dáng em,

*

thêm lần nữa ngợi ca em
(mở bài,
chơi chữ chẳng lem nhem gì)
ra rồi
ra cái chi chi
giải thích ngay để khỏi nghi lòng tà

ra đây
là tứ thơ già
cạn văn hoa chữ
hiện ra cù lần
chẳng dễ gì khen mỹ nhân
mà ta khen miết
cái thần mòn đi

*

riêng mọi người
cứ tùy nghi
hiểu theo mình muốn
chắc chi trật đường

nghĩa tôi nghĩ
luôn tầm thường
viết tuồn tuột kiểu tiện đường tới luôn
thường dí dỏm
không dính buồn
vui không có nghĩa diệt nguồn mạch thơ
còn tăng chân tình khù khờ
linh tinh vần điệu ngu ngơ ngôn từ

*

thơ tình đâu phải chúc thư
ứ hơi mặc cảm
lừ đừ thở than
cũng không tâng bốc hồng nhan
cao lên tận ngọn lang thang mây trời
thơ tình
là
gãi
chỗ người
đang ngứa bởi những khơi khơi kiến bò

*

những con kiến điệu
tò mò
liếc ngang
rất giỏi giả đò
lắm chiêu
và vô ý niệm thương yêu
chuyên gây tai hại

tạo nhiều gã ngu
không lệ thuộc con biết gù
bị hành hạ bởi
con dư máu hồng

khó lòng biết trước dại khôn
lãnh trước cái dại
chờ khôn
còn tùy

tám mươi hơn
ta chắc gì
không tiếp tục
dại tù tì như xưa

xin chào quí "em gái mưa"
gái nắng
càng tốt
trái dưa đỏ lòng
có ai than nắng cực không?
chỉ than nắng cháy da non là nhiều

sáng nay gõ chỉ bấy nhiêu
đủ sở hụi tiếp tục yêu cuộc đời.
23-9-2022

ĐÀN BÉ NHÀ TRẺ QUA NGANG NHÀ

hoa theo thứ tự thời gian
héo nở tiếp nối bình an vui đời
hoa đại diện cho con người
chào nhau thân thiện nụ cười vô âm

những hiền nhân đang vươn mầm
qua ngang bằng mắt cùng chân ngoan hiền
trời dạy lòng yêu thiên nhiên
thích hoa muốn động tay riêng ưa cầm

chủ luống thương quí trẻ con
mỗi cháu một nụ con con hoa hiền
tôi nuôi trong nhà bà tiên
lâu lâu ngộ được cái duyên thâm trầm

dễ thương ở cặp chân trần
không kịp xỏ dép chia phần tình hoa
mai sau có dịp ngang nhà
không chừng có cháu nhớ ra nụ cười
04-8-2022

CHỎNG GỌNG NHƯ HOA NGHIÊNG

Làm thơ mỗi sớm mai đã là một thói quen cần thiết của tôi. Không phải sợ thiếu đề tài, vì ngưng viết những viễn vông cao xa, tôi chăm chú vào đời thường diễn tiến quanh mình và o bế "cái tôi" rất mực thân tình. Chuyện nhàm này chính là góc đời dễ thở nhất của người cao tuổi. Hẳn khỏi cần giải bày gì thêm. Xin ghi thẳng vào chuyện sáng sớm nay.

đi dạo nhằm hít thở
không khí sớm trong lành
lười nên chỉ thay áo
giữ quần ngủ mong manh

vớ giày đương nhiên đủ
tai treo phòng khẩu trang
trời tối vẫn đội mũ
mắt trần không kính mang

lòng vòng đường quen dạo
vắng tanh gió với mình
cầm máy ảnh mở sẵn
lăm le chờ ghi hình

thấy dãy đèn mới đẹp
giăng ngang Charleroi
bước xuống lề "tác nghiệp"
chụp con ếch nằm dài

*

hai lần gượng không được
một chiếc giày văng xa
thì ra mặt đường thấp
bước hụt, ngã như hoa!

hai bàn tay chống đất
ngón-út-phải trầy da
duyên dáng rướm chút máu
tạo kỷ niệm xuýt xoa

hai mu bàn tay đỏ
lộm cộm dấu sần sùi
mặt đường nhựa không láng
da rỗ rát hơi hơi

anh mười phôn văng cách
chỗ nghiêng mình không xa
tội nghiệp bạn máy ảnh
sứt lìa mặt mượt mà

bạn ấy tiêu tùng hẳn
ống kính lệch không cân
mạch pin vô hiệu dụng
bấm vào không sáng đèn

chị bảy táo nguyên vẹn
ôm cứng cổ tay gầy
liếc ngó bốn giờ mấy
hồn vía còn đủ đây

*

tổn thất xem như nhẹ
trầy xước như món quà
máy ảnh dùng cái khác
buồn sơ vật ngoài da

chỉ tiếc những thời khắc
đã lưu trong máy hình
không mở lấy ra được
theo thú vui riêng mình

(thích máy ảnh vì khoái
lưu ngày giờ rõ ràng
thay được dòng nhật ký
trung trực về thời gian)

*

còn chưa sáng bảnh mắt
để kiểm tra kỹ càng
còn chỗ nào chơi xấu
làm hại đến dung nhan

trước ảnh đèn yếu ngọn
bôi kem thoa cù là
nghĩ lại thấy ê mặt
dị giùm cái thân già

chắc không ai nhìn thấy
té đau đã ngó quanh
hai hướng đường đèn sáng
không đèn xe bôn hành

ngẫm ra lỗi không phải
chân yếu hay tay mềm
tại nhiều nguyên nhân lắm
nhưng thôi rõ còn hên
5g49AM, 06-82022

CHỢ BÚA

chợ với búa đi đôi thành một cặp
chợ ghé hoài chẳng thấy búa mấy khi
dân chợ búa xứ này không ở chợ
hay có mà chưa ngộ được cố tri

thời "giải phóng" "cách mạng" về thành phố
cũng như ai ta tập chạy xe thồ
dẫu một buổi cũng hành nghề đúng điệu
chở gió bay sau lưng áo thì thào

ta thẹn mặt ngượng điều gì bỏ cuộc
một vài lần đứng mép chợ ngó chơi
tuy không nhiều cũng thấy dân chợ búa
đâu khác chi ai cũng rất con người

từ "chợ búa" tò mò tra tự điển
chưa gặp ai giải nghĩa ngon lành
ngoài ngụ ý nói ra phường thô tục
dân du côn gần gần với lưu manh

nhưng chữ đẹp giàu hình dung cụ thể
trong văn thơ đã không thiếu người dùng
đi chợ xong về gặp mưa đứng đợi
ngó cuộc người nghĩ lẩn quẩn lung tung
8-8-2022

LẬP DANH SÁCH CUỘC CHẠY ĐUA KHÔNG AI TỔ CHỨC

tuổi bảy-mốt chưa thể gọi già được
cộng thêm mấy năm đau ốm lai rai
tuy mọi chuyện chưa hẳn là lão hóa
tạm xem như già ở tuổi bảy-hai

xác quyết vậy nhiều người phản đối
bởi tám-mươi hơn vẫn lụy đàn bà
nhiều ông ngó còn thanh niên phơi phới
đi đứng ngon lành ăn nói văn hoa

tuy là vậy nhưng thường hay đứt bóng
một cách bất ngờ nhanh gọn như chơi
đã thấy qua rồi nên tôi lóng ngóng
cộng "chia buồn" những người kề tuổi tôi

trí óc thất thường chợt quên chợt nhớ
nên thấy cần lập danh sách quan tâm
ngày ngày dò chừng những ai bỏ cuộc
trên đường đua về chậm nhất cõi âm

đủ tư cách tham gia toàn nam tử
đã sống trong đời đủ bảy-hai năm
và đương nhiên những người tôi biết tiếng
trọng vọng mến thương thân quí thật lòng

*

danh sách cu rơ đã lập xong, đông lắm
nếu viết ra đây, chắc chắn bị phiền
tôi giữ xem riêng để biết mình lẩm cẩm
không vui buồn cũng chẳng hồn nhiên

năm nay tôi qua 85 hơn nửa
từng đoán như thần nhiều cuộc chơi
nhưng sống chết tôi không muốn giỏi
sách cuối dàn trang, bạn nghi rồi

hâm-sáu theo hai ngàn năm chẵn
hàng hai chưa không lẽ hàng ba?
hậu sự đơn sơ xong một nửa
mỗi phút tôi chừ khởi sự xa...
22-8-2022

CHONG ĐÈN

ánh sáng và bóng tối
đọc ngỡ triết lý quèn
với tôi chỉ tưởng niệm
nhắc nhớ vài ngọn đèn

thời tản cư Tiên Phước
thường chong dĩa dầu dừa
ngọn bằng dây giẻ rách
khói uốn vách phên thưa

thời ăn ngủ quê nội
đèn dầu lửa quanh năm
chạng vạng tôi lo thắp
nhà rộng vẫn tối câm

thời Tourane mới nhập
nhà treo đèn manchon
khi kéo được dây điện
lủng lẳng bóng đèn tròn

đèn bạch lạp sử dụng
khi điện cúp luôn cần
và chuyên trị màu đỏ
kỵ màu trắng vong thân

đèn điện xưa sử dụng
đa số tube néon
thước hai hay sáu tấc
tùy diện tích căn phòng

qua xứ người thay đổi
tùy thời theo lợi hao
khung hướng chừ đèn led
cho đỡ hụt hầu bao

nhà tôi không tiết kiệm
tứ tung màu tối ngày
sáng choang cả khi ngủ
như nằm viện xứ này

hôm nay thay chùm bóng
sáng rộng mà nhẹ tiền
hy vọng đúng như vậy
em yêu bớt lo phiền

*

thơ thẩn chi kỳ quái
nhưng một góc vụn đời riêng
con cháu cũng nên hiểu
sống viết bừa không điên
7-8-2022

SỨC ĂN

giống y hệt phim tàu
xen giữa linh tinh chuyện
hở ra là hú nhau
ngọt mặn cụng đũa chén

chuyện bao tử đứng đầu
đương nhiên đệ nhất khoái
bầm dập lăn đến đâu
phải lo ăn cái đã

nói thật ăn tiệm tàu
có món ngon món dở
chủ yếu mỡ trộn dầu
lưỡi răng trôi qua cổ

qua lại giữa Foo Lam
hoặc Tempo xa lắc
nhiều khi thấy khá nhàm
lạ kỳ thường có mặt

già ăn bao lăm hơi
nghĩ vậy e trật lất
tôi ăn mạnh hơn người
dù vẫn luôn ốm nhách

tôi không ăn cá mắm
gà vịt chỉ lai rai
tôm heo bò rất hảo
rau cỏ gì cũng nhai

kiếp sau làm động vật
ngựa voi hay lạc đà
hoặc lừa dê... đều được
nhưng... đến đó tùy nha!
7-8-2022

MÀU MÈ

con nít, tôi ở núi
nhi đồng, tôi ở vườn
thiên nhiên giàu màu sắc
quen mắt lòng mê luôn

đặc biệt màu xanh lá
không cần phải là hoa
áo quần cũng đòi sắm
xanh như rắn lục già

đụng vào mười một tuổi
quen dần đời thị thành
ảnh hưởng qua bạn học
bớt hẳn đời bọc xanh

lớn thêm 5 năm nữa
khi biết nhìn tóc thề
từ từ khoái màu trắng
tăng dần đâm ra mê

lạ kỳ khi tay nắm
vai chạm vai song song
tôi mê màu lụa nhạt
hơn là màu hoa hồng

đường sống nhiều bầm dập
tự nhiên chuộng màu lam
và nâu đậm cùng lúc
dù Phật xa ngút ngàn

khi tự chọn thất nghiệp
đời thợ đụng hạ màn
càng ngày càng ảm đạm
tôi bứt khỏi bi quan

nhuộm đời nhiều màu sắc
xanh lục đen tím vàng
nói chung là tất cả
giàu sặc sỡ càng ham

trong nhà được trang bị
óng ánh đèn khắp nơi
ngay cả vòi nước chảy
pha được màu là chơi

ngoài vật dụng hình thể
tôi tô màu luôn thơ
(chọc ông bình nổi tiếng
chê thẳng, tứ: tào lao!)

*

hôm qua tình cờ ghé
tiệm cá cảnh dạo quanh
thấy hồ nuôi đẹp quá
lấp lánh vàng đỏ xanh...

định mua, sờ lại túi
nhẹ quá vuốt bụng về
hôm nay bắt chước diện...
màu có màu... chưa phê

*

suốt ngày thơ với truyện
đọc viết hoài cũng buồn
tôi chừng như vùng vẫy
mong thoát ra khỏi chuồng

đời buồn tốt hơi chán
sợ nhất là "chán đời"
luôn muốn chơi xả láng
khổ không còn chi chơi.
23-8-2022

ĐỌC KẾT QUẢ

thời gian đóng lớp nặng đầu
đè xẹp khí chất vẻ ngầu bản thân
làm suy yếu hẳn tinh thần
dạn dày kinh nghiệm lì đòn tiêu hao
chuyện nhỏ trong thời tuổi cao
xem ra vĩ đại hơn ngôi sao nhiều

giờ hẹn tin báo xế chiều
đêm sớm mai nối yếu xìu lo lo
nhủ lòng giữ vững tỉnh bơ
gương soi lơ láo bơ phờ giấu ai
trời thương chưa cho thở dài
niềm vui trong bụng lòi ra môi cười

tim, phổi, gan, thận... mười mươi
giữ nguyên chất lượng con người sơ khai
mắt tỏ tai rõ sức dai
ngồi lâu gõ được chuyện dài như chơi
trừ cái cổ ít yêu đời
chỉ số y học có lồi nhẹ ra

không sao, chờ ba tháng qua
sẽ xét thử lại, tà tà thuốc sau
không hoàn toàn nhẹ nhõm đầu
xác phàm vẫn một quả cầu lửng lơ
một chữ thành một câu thơ
bây chừ góp lại vu vơ cây cầm

thế gậy tay chống thân tâm
dạo chơi ít cũng một năm có thừa
cũng sẽ thần thánh làm mưa
trơn tru đủ nước đong đưa tháng ngày
ngoài trời sáng nay mưa đầy
ngọn khổ-qua oằn rớt gót giày, khổ qua
7g10. 23-8-2022

NGÀY NATALIE LE VÀO MẪU GIÁO

bốn tuổi rưỡi xin vào mẫu giáo
không dạn dĩ bằng anh chị con
không òa khóc nhưng mà nước mắt
như sương mai trên nhánh mi non

cả ba mẹ cùng ông theo gót
chú cùng bà vui vẻ theo ra
đám bạn nhỏ đông vui đen trắng
con góp vào thêm một màu da

ngày thứ nhất làm quen bàn ghế
các thầy cô niềm nở hiền hòa
biết cầm bút những năm nhà trẻ
giấy có rồi đồ, vẽ đi nha

ghi danh con sau giờ tan học
"service de garde" trông chừng
Ba tan sở sẽ nhanh đến đón
xách cặp cho con đỡ nặng lưng

ngày nhập học qua rồi mau quá
trời chưa thu nhưng lấm tấm mưa
nhà cùng trường cách vài trăm bước
ông cách buổi này cả một thời xưa

đi theo cháu rõ ràng rất nhớ
dù ảnh hình mờ ảo linh tinh
không nhớ ra mình vui hay khóc
dù khóc hay vui cũng đã thành mình

thứ hai tới bắt đầu chính thức
con tới trường ở lại suốt ngày
bà hay ông ai đưa chưa biết
tùy nghi thôi đến đó sẽ hay
10g25, 26-8-2022

QUÀ TỪ EM VỢ TRẦN ANH TUẤN

không chỉ ấu thơ, thời thanh niên
không chừng già vẫn giữ hồn nhiên
đúng hơn tính khí luôn con nít
tôi rất khác xa bậc thánh hiền

chỉ xin nói về những đồ chơi
linh tinh có được trong cuộc tôi
bình thường, quí giá, như nhau cả
tất tần tật cùng giúp tôi vui

đơn cử một chuyện chơi rất dai
hiện nay vẫn còn giữ lai rai
thú nuôi cá để nhìn chúng lội
ngắm cái nghiêng mình trôi khoan thai

từ chai qua thẩu đến ảng, hồ
cải tiến theo đà giảm ngây thơ
cá nuôi quen mắt bèo bọt giá
tùy theo túi tiền dần dần cao

dù cá mức nào cũng điểm trang
chỗ nuôi diêm dúa những trang hoàng
không giàu, thẩm mỹ tàm tạm được
ngó cũng ra hồ cá dân sang

*

lùi lại hai mươi năm trước đây
chọn hồ cá lớn thả nhiều bầy
toàn tên ngoại ngữ nên khó nhắc
tuyệt vời - hai từ, xin được thay.

em vợ cũng là đệ tử xưa
nghe tin gởi vật khó tìm mua
vỏ sò vỏ ốc chưng lấy thảo
hơi hám quê hương dễ chi thừa!

vỏ ốc khoe đây tuổi thọ cao?
nguồn cội ra sao ở biển nào?
nhưng điều chắc chắn từ Trung Việt
trong chữ S thơm đất ngọt ngào

lấy thước đo, dài: hăm-bảy phân
đo theo cách chọn lựa mỹ nhân
ba vòng trên dưới và ở giữa:
bảy, mười-chín, cùng ba-hai phân

nhận dạng con này vóc dáng ngon
vỏ vừa gác tía lẫn lầu son
khác chi biệt phủ quan nghèo chữ
giàu nức tham ô, eo hẹp lòng

đã định để lên cân tiểu ly
không là vàng nhưng có dễ chi
nửa vòng trái đất qua đây được
ôi tấm lòng em khó so bì

*

vỏ lủng một vài nơi, chả sao
không chừng tăng giá thời gian vào
ta cu cu giữ trong tủ kính
bởi cá chừ nuôi trong nhỏ hồ

em cũng gởi kèm vỏ ốc con
đọc tên tục quen dễ hết hồn
"ốc lòn" (ta viết tuồng sót dấu?)
nhìn ngửa nghiêng chừng đủ già, non

*

quà hiếm em cho vẫn bảo toàn
sao em vội trốn cõi nhân gian
ba-mươi-thêm-một, đời em sống
mấy ảng cá em cũng tan hàng

nhắc món quà này trong sớm mai
chị em còn ngủ, thở khoan thai
mình ta lụi cụi sờ hiện vật
không giọt lệ nào ngoài thở dài
6g34.05-7-2022

KHOẢNH KHẮC LƠ MƠ

ngũ ngôn khi ngủ gục
ngủ gục thường ngủ ngon
ngủ ngon tỉnh đúng lúc
trong đầu tượng ngũ ngôn

gõ liền câu có ý
nghi nghi không có hồn
liếc lại không đến nỗi
bỏ dở một đứa con

vậy là đã có mặt
hơi thở tốt một ngày
nhưng triệu chứng bế tắc
đang dần dần ngấm tay

mơ gì khi ngủ gục
trong thời gian mấy giây
chọn ngũ ngôn nhốt lại
ý tưởng vụn gì đây?
7g46, 24-6-2022
Quốc Khánh Québec

THƠ TẶNG NGUYỄN NHÃ TIÊN KHI NHẬN THI PHẨM "NHỮNG ÂM THANH BÊN BỜ SÔNG LẤP"

thư gởi bạn trước tiên tin thời tiết
vụng mở đề có lẽ khó giống ai
mưa rồi nắng hôm nay tôi thưa thiệt
nắng rồi mưa rúc rích mà buồn dai

ờ mà lạ, có chi đâu lưỡng lự
gõ vài ba dòng đủ để nhắn tin:
"đã nhận sách bạn cho, cảm ơn lắm"
ai bảo săm se cầm sách nghĩ linh tinh

*

tôi thấy bạn ngay từ khi ngồi viết
ở nhiêu nơi trong nhiều lúc trước đây
lúc bút máy khi bút chì bút bic
còn bút nào thơm riêng một hương tay?

từ trang giấy qua màn hình điện toán,
laptop ngời ngời chữ nghĩa ưu tư
niềm tin tình yêu nhân quyền cuộc sống
xã hội gia đình nặng gói kinh thư

thơ của bạn từ trái tim đang đập
từ phổi đong lọc không khí đất trời
với tay mở với chân đi ngang dọc
thời đại qua đi ngày tháng đương thời

thơ của bạn thơ của người liêm sĩ
cầm ống nghe cây súng vì nhân sinh
những vĩ đại rất bình thường hiện hữu
trộn những riêng tư linh hiển ái tình

tôi dân Quảng chẳng chỉ cùng âm giọng
mà sự ngang ngang trong máu giống nhau
khí phách anh hùng lạc quan cách mạng
chúng ta như dung dưỡng chúng trong đầu

Bờ Sông Lấp ở đâu không cần biết
những thanh âm len lỏi đến cùng ai
bạn nghe được vậy là tôi hiểu hết
hồn vía thi ca sự đồng cảm nối dài

chẳng tài thánh, nhưng đọc qua tên sách
cũng thấy ra trăm ngàn "Phía Mơ Hồ"
cũng gặp "Ngọn Gió Siêu Hình" phủ dụ
cũng "Khúc Cổ Cẩm" chạm tự hư vô

đọc thơ bạn là giúp tôi lặp lại
những thời mình đã sống thành tâm
và đương nhiên được sống thêm cuộc mới
bạn lót lòng đưa trìu mến ân cần

"Lửa Không Tắt" thấy rõ nhau? chưa chắc
"Có Tiếng Mơ Hồ Từ Khói" thổi cơm
chỉ chừng nấy lòng tôi ấm ổ
vọng điệu mẹ ru êm ái thuộc lòng

*

nhận sách bạn gói trong vài lớp giấy
cầm trong tay đưa lên mũi hít hơi
nhìn chữ viết thấy ra tình nắn nót
thương bàn tay luôn o bế cuộc đời

dấu bưu điện những con tem quen mắt
dù khác thời, mang hình thức khác nhau
vẫn bóng cây tre ngọn đèn treo mắt đợi
hai chữ Việt Nam tinh khiết nhiệm mầu

xin được hẹn "Ở Cà Phê Phố Quận"
"Ngẫu Hứng Với Thu Bồn" thù tạc thơ chơi
bạn trung niên tôi bát tuần thứ thiệt
"Hát Với Cỏ Lau" bạn khỏi nhường lời...

16g28, 26-7-2022
những chữ trong ngoặc kép
là đề một số bài thơ trong tập NTÂMBDSL của NNT

TREO MÌNH VÀO SỚM MAI MƯA

chuyện mưa
chuyện gió
bình thường
viết rồi viết nữa
tầm thường
như nhau
có gì để nói thêm đâu
lòng sao thiếu trước hụt sau chân tình

mưa trẻ con giàu ảnh hình
mưa gian truân thuở nhà binh buồn buồn
mưa đời bỏ trốn quê hương
có sầu có hận có thương nhớ đầy

và mưa sáng sớm hôm nay
tôi bất động đứng
nhìn cây dưới vườn

mưa rửa lá
mưa nối nguồn
lâng lâng tình mộng hoang đường ướt hoa
mưa vỗ về giàn khổ qua
lá bầu rộng cánh
như là
dù che
con ong ngưng tiếng vo ve
con bướm xếp cánh im re cõi nào
dây phơi con sẻ đậu
chào
hello buổi sớm
mưa chao gió vờn

một mình nhưng chẳng cô đơn
dây phơi xanh áo mưa còn dáng em
trồng hoa
không nhớ hết tên
nhiều màu vàng quá ngỡ quên da mình

câu thơ chợt hóa cây đinh
đóng tôi treo vía hồn lên đầu ngày
thêm một ngày đẹp hôm nay
nhìn thôi
chợt ngại
hôn tay nám mình
8g35AM 25-7-2022

CHỮ CHO KHOẢNH DÀNH SỐ 1

mỗi ngày thường dành sẵn
theo kiểu réserver
một vài khoảnh trừ bị
cho trò chơi u mê

hôm nay dành hai chỗ
vẽ voi lối người mù
dĩ nhiên còn chưa biết
con rùa nào khoe mu

thi sĩ như thầy bói
đoán mò và tùy duyên
nghĩ vậy không hẳn phải
bởi tùy độ nghiện ghiền

trời vừa có ánh nắng
caméra lên màu
nhìn 3 khung ngoại cảnh
khác trong nhà đen màu

*

mấy câu này cũng đủ
nhốt vào một khoảnh dành
không hay ho quan trọng
nhưng có ta yên lành

sự hiện diện mặt chữ
mỗi ngày là thước đo
nhịp thở ta hôm đó
vẫn đề huề tự do
7g21AM, 29-7-2022

NGÀY BẮT ĐẦU GIỜ THỨ BỐN

1.
đúng, không hẳn nơm nớp
nhưng rõ ràng lo lo
nhịn ăn, siêng súc miệng
thản nhiên kiểu giả đò

còn 6 giờ đến hẹn
trời không hẳn tối câm
vườn ngoài còn lắm muỗi
chong đèn ngồi trầm ngâm

ngỡ hành quân lục soát
truy tìm bóng quân thù
không cách khai hỏa trước
báo cho chúng rút lui

*

thơ thẩn vẫn ý vị
nhưng có tuổi rõ ràng
không còn nhiều thích hợp
với người tuổi chưa vàng

ủa mà mình vẫn viết
cho riêng một cái ta
lẽ nào những cái thiệt
biến chúng thành ba hoa?

2.
mỗi buổi sáng mắt sáng
ngồi trước mặt đồng hồ
đếm được đến 5 cái
còn tỉnh táo chưa khờ

những gì cần thực hiện
sẽ vào việc theo giờ
ngoài một việc tùy tiện
đó là chuyện làm thơ

dù tự coi văn-viết-
có-vần, là nói chơi
xưa nay ta chơi miết
kiểu linh tinh này thôi

*

đợi giờ đi thử máu
lại lảm nhảm trồng thơ
cái quí của vui thú
tuổi già chừng rất cao
4g01AM 19-7-2022

LÀM CHA "NGÀY CHA"

nhận quà từ các con
vợ nhắc chợt trực nhớ
mình vậy mà cũng ngon
làm cha được mấy đứa

hai rể bốn năm dâu
gọi mình "ba", tất cả
sờ lại tóc trên đầu
mơ làm cha thiên hạ?

không dám không dám đâu
làm cha thuần túy nhất
cũng lạng quạng quá trời
cha tượng trưng trật lất

ngày mẹ rồi ngày cha
chất chồng ngày sinh nhật
giữ lòng mòn lớp da
các con nghèo dần mất

tính riêng ta, vị chi
mỗi năm bốn lần chính
tiền bảo kê tùy nghi
con nạp dù tự nguyện

này nhé từ Giáng sinh
rồi Tết đến Sinh nhật
tiếp đến lễ linh tinh
Ngày-cha... đã thành tật.

lo thì lo vậy thôi
ái ngại chỉ ái ngại
quà cũng phải nhận thôi
rất khó lòng hồi lại

nhẹ tênh tiếng cảm ơn
lạ lùng ta khó nói
Thank, merci gọn hơn
sao nghe như ném sỏi!
19-6-2022

NHỜ EM

chia tay ái ngại ngập ngừng
nhắc em kiểm lại thắt lưng đàng hoàng,
đừng lơ đễnh thả hồng nhan,
bay gây thương nhớ thế gian nòi tình

tình đến, đẹp nhờ thình lình,
tình đi, đẹp nhờ làm thinh giã từ
mốt mai gặp lại từ từ
tùy nghi cơ hội lại như ngày nào
theo sau những món chiên xào
dù ai đo ván knock out cũng hòa

thơ tình theo kiểu ông già
có chi nói nấy thiệt thà văn chương.
một đời nặng nợ chiếu giường
trầy vi tróc vảy đọng nguồn tuyệt ngôn

trời vuông đậy trên đất tròn,
hở ra là cái sinh tồn thế nhân,
nhờ em bảo toàn mộ phần
cho bọn thơ thẩn cù lần chúng tôi
19-6-2022

LẬP LÒE CON MẮT SỚM MAI

dậy sớm con mắt cay xè
ánh đèn chói ngó lập lòe mươi giây
nháy ba bốn cái gặp ngay
cái thằng mặt phẳng ngày ngày chơi chung

gõ nhẹ mật mã vào khung
rộng vùng hư ảo chớp bung trước mày
chỉ quen dùng một bàn tay
từ sờ đến chạm vóc đầy thân vuông

vu vơ tình hiện theo đường
thẳng tâm nhân ảnh xiển dương đề huề
chuyện ngày mai chuyện hôm tê
thật thà kiểu cách vai kề nhau phơi

chơi vui quên đoạn cuối đời
còn năm bảy bữa vẫn ngồi viễn mơ
ngó mượt mà em cười chờ
ẵm sơ đủ ấm câu thơ có tình

linh hiển từng câu thành kinh
không độ ai ngoài cứu mình buồn lo
qua sông nào khỏi cầu, đò
rớt chi xuống nước hồn thơm thơ còn?
5g15AM 22-6-2022

VẪN KHÔNG LÀ VU VƠ

nhớ Nguyễn Văn Bán

bạn mất đã bốn năm
hoa bạn tặng còn đó
bạn ba kỳ ghé thăm
mỗi năm rực rỡ đỏ

phòng khách không trống không
vẫn ta người chủ cũ
mỗi sáng lặng thong dong
đồng hồ đếm, ghi bước

cùng lúc lòng viễn vông
nhớ bất ngờ ai đó
tặng quà khi đến thăm
thêm nụ cười, giọng nói

hoa bạn cho năm xưa
ta chăm bằng chậu sứ
chiết thêm ra nhiều lần
gốc chính vẫn bệ cửa

không gian phòng thơm thơm
ta nghe mùi bằng hữu
lòng nhớ lòng bâng khuâng
chẳng phải vì thủ cựu

vẫn ta giữ bo bo
những vật dụng khó bỏ
bởi tình ta thơm tho
từng bám đậu vào đó

giống đồng-hồ-thông-minh
đổi thay qua nhiều cái
cũ nhất vẫn bên mình
dù đang mê cái mới

vật dụng thua xa người
vẫn trân quí như vậy
cùng theo bước tới lui
tình ta rơi xuống giấy

chợt nhớ bạn sáng nay
một phần nhờ hoa nở
một phần mưa đang bay
một phần lắm thứ nhớ
04-5-2022

BẠN "PHÂY"... PHÂY

"thêm bạn hơn thêm địch"
người xưa dạy đàng hoàng
ta trước ngày viên tịch
nghĩ thoáng, không hoang mang:

thêm thù cũng rất quí
giúp ta học nhiều điều
chịu đựng cùng chống đỡ
sáng tạo thêm nhiều chiêu,

gia tài bạn facebook
đang có mức trung bình
năm trăm như năm chục
những người nhờ chưng hình

đất chùa không sợ chật
phần đông thích làm thinh
lòng tốt họ thể hiện
ghé nơi mình ngồi thiền

mừng chưa ai hạch sách
dù ta không dâng trà
cà phê rượu bánh ngọt
nằm trong chữ thành ma

vậy là quí, quá quí
ít nhất cũng được giàu
những khuôn mặt thùy mị
những thân tình mày râu

*

sáng nay chấm thêm bạn
người mang họ giống mình
cùng y hệt chữ lót
lâng lâng vui thật tình

bạn sẽ là em gái
(chẳng mưa gió ở đây,
bởi chắc chắn tuổi sống
thua ta mấy ngàn ngày)

xưng hô lối "văn nghệ"
dù chẳng "văn gừng" gì
có văn chăng văn hóa
lừng lựng giữa văn, thi...

có thể gọi ta... cụ!
xưng... gì, cứ tùy nghi
ta lướt qua lý lịch
không bắt gặp chi kỳ

"confirm" không hề ngại
người cùng người với nhau
khoảng cách của địa lý
thời này chẳng đáng đâu

lâu nay khi nhận bạn
chỉ gởi chữ chào mừng
hôm nay vui, lạng quạng
vần vè coi bộ sung

đùa vui thôi "em gái"
ta tuy chưa lên bàn
nhưng lành như nải chuối
nằm ngoan bên bát nhang

đã qua thời đấm đá
bốc phét đầy mưu toan
thua Phật Chúa đã hẳn
nhưng luôn giàu lạc quan

chọn bạn không mong đợi
sự thăm viếng tới lui
lâu lâu ta làm vậy
là để giúp mình vui

yên tâm ngồi đây ngủ
chỗ ta chung mà riêng
người ra vào thưa thớt
chúc luôn giữ tự nhiên
6g02AM 08-5-2022

NHÌN MƯA BÊN ĐƯỜNG

mưa mướt đường hoa lá tháng năm
giọt chen giọt rửa vết thăng trầm
bước xưa ai đọng giày cao gót
lòng ngỡ tình hồng người ghé thăm

em đã đến đi theo gió nương
không gian huyền hoặc ngát mùi hương
tình vui thật giả đều hư ảo
nám mặt lòng ta lớp lớp buồn

vuốt tóc ra đi tập lãng du
loanh quanh trời đất vẫn ao tù
nhớ thương quyện đặc thành mây tảng
bám víu lơ thơ ngọn ngôn từ

đôi lúc sững chừng đoán thoáng qua
hương thanh xuân cũ đọng góc nhà
ba hồn chín vía ta về lại
năm bảy phút giây ấm thiết tha

sung sướng vừa qua thật bất ngờ
lạ kìa sao chẳng đọng trong thơ
câu từ như thể xa ta quá
tình đã theo tình những bóng ma?
7g00 AM, 06-5-2022

NGÓN TAY NẶNG TUỔI BỎ RƠI LÒNG

chẳng lẽ hôm nay mới biết buồn
nỗi tình phảng phất nét văn chương
còn chưa đích thực giàu văn hóa
buồn thoảng vu vơ buồn suông suông

đi đứng ngồi đâu cũng ngỡ là
tâm hồn thể xác mình thừa ra
bụi đời đóng cục quanh rác sống
lồ lộ nguyên hình cái cồi ta

bàn viết thâm tình lâu thế kia
hai mặt màn hình hai mặt bia
lạnh lùng câm nín bên con chuột
thất vọng nhìn ta ngồi chầu rìa

đáp lễ, tịnh tâm ta mấy giây
tâm hư tâm tốt chưa vội bày
thương cây bút nhỏ đầu-tà khuyết
nhịn nhục gánh giùm nợ ngón tay

không kính đeo soi chữ thành ma
ngón tay trỏ-phải chợt trúng tà
thất thần từng luống trôi lừng lựng
uyển chuyển mạch lòng mở tình ca

tắt mạch bất ngờ ra ngọn ưu tư
máu trong ngón gõ vượt chần chừ
lún sâu mũi chích vào tim nhói
khựng bước theo chân thơ tiểu thư...
8g49AM 07-5-2022

NGUYỆT NỮ CUNG VĂN

em gối đầu khiến nguyệt khuyết chăng?
quyền uy nhan sắc sở hữu trăng
là điều hữu lý thần tiên hưởng
khuyết nguyệt cũng là nét đẹp trăng

tôi tưởng tượng em những đêm thơm
nằm ngoan bên cửa sổ thư phòng
thay làn chăn mỏng bằng sách mở
úp chữ nghĩa tình vào ngực hồng

tiểu-đại-tự run theo mùi hương
da thơm đầu cội tình yêu thương
và em linh hiển nhập hồn chữ
đắm đuối nhìn trăng ngộ ra đường

thanh xuân thiếu nữ cùng thi ca
trời gom thành một khối mượt mà
bàn tay khởi động vào âm điệu
cô đọng tình đời ngọn tinh hoa

thơ đẩy văn theo chuyện rất thường
em là nguồn cội của văn chương
tự em phát tiết càng độc đáo
trăng sáng lòng em tỏa bốn phương
8-5-2022

CHÚC MỘT NGÀY EM VUI

gắng nghĩ rằng đang viết thơ tình
loại thơ chuyên trị nói linh tinh
anh em vớ vẩn yêu thương nhớ
gọi phách lối là chuyện trái tim

anh tám mốt rồi, em nhỏ hơn
mười-một năm, chừ cũng đã tròn
bảy mươi năm sống cùng trời đất
năm-mươi-lăm năm cùng anh với con

cây cỏ còn già theo tự nhiên
chúng ta phàm tục chẳng thần tiên
thuận đời hóa lão cùng thiên hạ
dẫu rất từ tâm, chẳng đặc quyền

trời đất bao dung vạn vật nuôi
thăng bằng giàu có buồn ngang vui
em như là gậy cho ta chống
ta sát lưng em những ngọt bùi

đời khó khăn qua hai đứa chia
ta ba em bảy kể như đều
lớn hơn một tuổi khôn hơn chút
mười-một lần nhân vẫn cứ huề

ta chẳng hồi xuân phút nào đâu
thay em bụng mỡ ngỡ mang bầu
tuổi già phát tướng, ta không phát
thưa tóc bù vào loắn xoắn râu

em sụt cân nhiều vì buồn lo
cháu con luôn làm khổ thân cò
thua hơn bè bạn cùng con giáp
cảm tạ phúc lành trời đất cho

sinh nhật hai lần em mỗi năm
tuổi ra đời và tuổi lấy chồng
cộng thêm ngày lễ dành cho mẹ
ta có cũng là một nhánh bông?

mùa lạnh kéo dài trong năm nay
em càng lười biếng kẻ chân mày
môi không son điểm vì che chắn
đâu phải dấu chân của tháng ngày

em đã vì ta vì cháu con
vì thêm em nữa sẽ vui hơn
thơ ta mong được là son phấn
chưa ghé môi vào nhưng đã hôn
6g35, 10-5-2022

SẮP ĐI VỘI VÃ HẸN VỀ

đi sâu đi sát vào em
tượng hình chữ nghĩa
lem nhem vần vè

con sáu
con tám
lè phè
con tôi, cha chúng
màu mè phần hơn

cha con chúng tôi
lơn tơn
tìm về một chỗ cô đơn
để nằm

không cần
cò
nhị
u trầm
khỏi tung vàng giấy
viển vông đưa đường

tấp đại một chỗ
quê hương
chê không đắc địa
vãn tuồng chúng tôi

chơi ngông mấy chục năm trời
xuôi tay chân mọc mây trôi thanh nhàn

nhìn quanh
toàn cõi:

niết bàn
hẹn gặp, chắc chắn
trần gian
sau này

sẽ lại trồng thơ trên tay
nâng niu
sờ mó
mỏng
dày
thân hoa

thả con sáu tám sa đà
thả tôi trở lại "ba hoa chích choè"
11-5-2022

VE

những em không biết lẳng lơ
khó thành tuyệt phẩm nàng thơ ra hồn
những em khoe của hết trơn
dọa nàng thơ sững, sảng hồn trốn luôn

tâm người không phát mùi hương
ẩn trong cung cách mở đường thăng hoa
mười lăm tuổi đã em là
văn chương tạo nét thi ca nhẹ nhàng

mọi thiếu nữ đều hồng nhan
tinh hoa phát tiết mỗi nàng khác nhau
mắt đời trần tục như nhau
mong em cốt cách bảo nhau nên thần

nhan sắc bắt mắt tự thân
lung linh lung lạc lâng lâng lại là
cái duyên óng ánh mặn mà
nghiệm tôi riêng một đời già vọc thơ

nói vậy vậy nhưng tình cờ
ngộ trơn tru hết cũng thờ phụng thôi
thật tâm chẳng phải ba trời
tôi luôn chân chất như chơi vần vè

viết như nói cho em nghe
mong bỏ phật ý kiểu ve thật lời
thỉnh thoảng thơ thẩn ba trời
lơ lâu ngại loãng chất đời thơ tôi
7g00AM 18-5-2022

NATALIE LE
VẼ TRƯỚC CỬA GARAGE

cháu vẽ dạng con vịt
ít hơn dáng con người
rõ ra là chí ít
đã ảnh hưởng cuộc đời

những vòng tròn cháu họa
ông xem là mây trời
nhưng trong não bộ cháu
chỉ đưa tay bậy chơi

cháu đang 4 tuổi rưỡi
mẫu giáo tháng 9 này
khởi đầu hành trình mới
luyện trí não chân tay

không rõ những nghiệp "sĩ"
có môn nào hay không
chấm cháu làm tri kỷ
"lưu danh cùng núi sông"

không chờ nhưng mong vậy
bởi là tình người ông
và khó lòng đợi được
nhìn cháu ngày sổ lồng,
16-5-2022

RẰM TRĂNG CHỈ SÁNG TRONG LÒNG

giỗ má lần thứ 64.

trăng sáng tròn vo, trăng đúng rằm
mái đầy lụa trải thòng vàng sân
ngôi nhà khép nép ngọn đèn yếu
vừa thả lên trời hồn nữ nhân

cây lá dường như nín thở ra
đêm hiền mỗi lúc rộng bao la
sao mờ hẳn lại vì trăng sáng
bỗng ánh dáng sao bay là là

sao chẳng như là cánh sao băng
sao dường như muốn nhờ ánh trăng
che mình ngơ ngác lần đầu tới
một chốn nào xa... cõi vĩnh hằng

sao ngại ngùng kia, sao mẹ tôi
giữa trăng rằm sáng mẹ thăng rồi
tháng tư thơm ngát trầm hương Phật
mẹ của tôi riêng vịn lên trời

hoảng hốt nhìn đêm trăng bủa quanh
bưng trong tay giọt nước... không đành
yêu thương trôi ngược vào tim đập
hay chảy tràn ra đêm thất thanh

tôi mất mẹ hiền đêm có trăng
tháng tư rằm sáng, thắp thêm đèn
sao tôi không thấy bàn tay mẹ
cử động dịu dàng những thói quen

tôi cũng lạ lùng không gọi, lay
"má ơi!" gọn nhẹ quen lâu nay
quả tình chưa biết, chưa kịp nghĩ
hai tiếng gọi kia mất từ đây

chấm dứt hẳn rồi, hết sạch trơn
được xin được đòi được lẫy hờn
dòm chừng tay nhịp roi không đánh
được nhìn lén mẹ để phần cơm.

rằm úng màu trăng nước mắt xưa
theo từng năm một buồn nhạt thưa
có lần quên lửng ngoài mặt trận
nhiều lúc nhớ suông buồn như đùa

qua những tháng năm lạc xứ người
chẳng đợi chi rằm thắp hương vui
soi chân dung mẹ nhìn một thoáng
ấm áp gần như hết ngậm ngùi

bởi con dâu mẹ bày chuyện ra
giỗ cúng tháng tư rằm thơm hoa
nơi đây khó thấy trăng ghê lắm
chỉ sáng lòng con thoáng xót xa

thắp ngó ngọn hương dâng khói bay
khói hay gì xốn mắt cay cay
mẹ không trong khói không đâu cả
vĩnh viễn tim con bóng dáng gầy
9g42AM 14-5-2022

QUÁN Ý LAN VÀ LỤC LÃO GIA

Hồ Đình Nghiêm,Trang Châu, Song Thao,Trang Châu, Võ Kỳ Điền, Luân Hoán, Lưu Nguyễn (theo thứ tự mô tả)

thất hiền vắng một thành lục... lâm?
lục sáu đương nhiên, nhưng mà không
cướp rừng thảo khấu trong phim chưởng
cả sáu ông ni đều có lòng

lòng lợn lòng gà lòng bồ câu... ?
mọi sinh vật có lòng như nhau
lấy chi định giá lòng từng loại
lòng người chưa chắc khác mấy đâu

thôi gác tạm qua chuyện luận lòng
để nhìn quí tướng của mỗi ông
sau hai năm trội, đời khép cửa
thay đổi ra sao, còn dễ trông?

chú út rõ ràng hơi mập ra
máu trong đường chảy khá căng da
lâu nay FB rèn luyện chú
có vẻ ghiền hơn hương đàn bà

đại lão hai ông cùng tuổi nhau
cả hai còn chưa bạc trắng đầu
một ông tán phiếm không bằng miệng
một ông quần vợt vợ theo hầu

hai ông một rắn và một rồng
dù rằng lịch tây cùng một năm
một ông mê đọc mà lười viết

một ông ít đọc viết hà rầm
còn gã trung trung chưa gọi già
bảy lăm xuân sắc còn đào hoa
đào nương không phải là bồ nhí
quen để làm thơ, không viết ra

bảy trự chúng tôi cùng ăn trưa
mỗi thằng một món thứ mình ưa
mạnh ai nấy trả theo lệ cũ
quí chỗ thấy nhau, chưa tiễn đưa
16g20PM, 24-5-2022

CUỐI THÁNG TƯ NGHĨ LÔI THÔI

tháng tư ơi hỡi tháng tư
thắng - thua - mất - được đã như huề làng

người vui là chuyện rõ ràng
"cái đài", xe đạp... giúp sang lên rồi
người buồn vẫn giữ ngậm ngùi
bát hương, chòi mới... ngược xuôi chốn ngoài

cân cái ta riêng, thử coi
xưa, nay - hơn, kém - nhỏ nhoi, tầm thường
nhà, xe vẫn vậy, khiêm nhường
xe, nhà vẫn rứa cộng buồn nhớ hơn

nỗi lo chết khó được chôn
ám ảnh thủ cựu nặng hồn xót xa
"chết cái mồ, sống cái nhà"
lạc hậu cốt cách đậm đà Việt Nam

tháng tư còn đó, đại tang
cái liềm cái búa sáng choang trên đầu
nhìn nhau khó nhận ra nhau
cũng chưa được rõ nét tàu hay nga

nước thành tỉnh lẻ người ta
ngày hợp thức hóa nhẩn nha chờ thời
bao giờ người chết thiêu rồi
thế hệ mới định gốc người rõ ra

ngày ấy ta đã trải qua
kiếp thần thánh kiếp quỉ ma không chừng
nên từ nay bỏ sau lưng
chẳng cần nhớ nhắc lung tung chuyện gì
8g00, 30-4-2022

TUỔI CAO THƠ THẤP XUỐNG DẦN

tuổi cao thơ thấp xuống dần
cao chưa mà thấp trí thân thật là
hồ đồ đúng điệu ba hoa
bởi gõ bậy bạ làm già lai rai

nhờ câu *"sống rày chết mai"*
bình tâm ta thở như ai từng ngày
"sống hôm nay biết hôm nay"
là một câu khác đỡ loay hoay buồn

ôi *"đời là cuộc vô thường"*
giáo lý kinh kệ mõ chuông dặn người
sống chết như nước chảy xuôi
"đã sống phải chết" như *"vui phải buồn"*

thần học triết học văn chương
cổ xưa hiện đại hâm luôn phạm trù
sống chết người đời tiếp thu
mươi câu thơ thẩn ba xu làm gì

rất chính xác không dễ chi
bỏ qua không nghĩ chuyến đi cuối đời
dù Lão Tử đã rõ lời:
"đừng quá ham sống mạng người giữ lâu"

Trang Tử cấy vào trong đầu
"sinh lão bệnh tử" theo nhau tới mà
khuyến dụ của ngài Thích Ca
"đời là bể khổ", sa đà vô minh

chết là tách cái "hữu hình"
khỏi "phi vật thể" là linh hồn người
Platon, Hy Lạp, nói rồi
chẳng chi to tát, như trời nắng mưa

xác chôn rồi chết thật chưa?
quan niệm Ai Cập đong đưa hồn còn
đến khi xác rữa hết trơn
bấy chừ mới dứt cô đơn hoàn toàn

vậy thiêu là chuyện nên làm
sao ta tiếc nhớ vẫn ham một mình
vốn ngờ tro cốt không linh
bằng xương cô đọng cái tình bền hơn!

"nhân sinh tự cổ... (ba lơn)
"thùy vô tử lưu đắc đan tâm... (những gì)
"chiếu hãn thanh" (thật phương phi)
vào đất vào hủ còn ghi danh hờ

ta đang thời kỳ sống chờ
sáng sáng dậy sớm làm thơ lót lòng
món thơm miệng này không chắc ngon
nhưng đã thành tật, dại khôn cũng đành
7g39AM 13-3-2022

KHÔNG HẲN CHỈ TÙY HỨNG ?

bạn say tán mỹ nữ
mời tụng tiếp mỹ nhân
bạn thất tình tứ xứ
cứ thả thơ hà rầm

riêng tôi tạm cho phép
mình trở về chiến tranh
tham chiến không mang súng
nhưng tích cực chân thành

đạn nổ đất hàng xóm
của bạch quỉ nước nga
được xưng tụng con gấu
nhưng hình như hơi già

tôi một thời thua cuộc
vì đồng minh bất ngờ
cuốn cờ cút về mỹ
uống sâm banh làm thơ

kinh nghiệm có dính máu
lòng vướng hoài nao nao
tôi thắng trong thua cuộc
nhờ được sống tự do

tâm hồn đang phơi phới
thơ văn cùng trả bài
bỗng nghe có chiến sự
giật mình, không thở dài

trong tôi bỗng như có
ngài Trần Quốc Toản xưa
trái cam cũng có đó
bóp trái nho chán chưa!

giận bừng bừng thế đó
xô ghế vội đứng lên
rồi tẽn tò ngồi xuống
hai chân nhói một bên

phe yếu mình ủng hộ
kêu gọi người tứ phương
cùng vào một chiến tuyến
cơ hội đẹp phi thường

bát tuần không trở ngại
cái chân cũng chả sao
lượng sức mình là vậy
nhưng ai chấp nhận nào

định một mình độc diễn
mang võ miệng ra xài
tiếc thay lành như đất
dễ gãi ngứa tai ai

nếu có bạn gai mắt
nghĩa là tôi thành công
làm thinh là ủng hộ
chừng này đủ mát lòng.
8g22AM 17-3-2022

VỊN VAI THỜI TIẾT

ba-trăm-sáu-lăm ngày nghỉ Tết
sẽ làm chi ngốn lẹ tháng ngày đây
hôm nay mới chỉ là mùng bốn
trời góp vui trận bão tuyết nơi này

đêm qua chống mắt lên xem thế vận
vũ trên băng uốn lượn vóc hình hoa
sợ phá giấc em yêu nằm bên cạnh
giữ thì thầm giọng đẩy nhạc thoáng xa

quen con mắt quen dạ dày bao tử
mỗi sớm mai khai mạc vội đầu ngày
nhìn tuyết rớt con ra tay giải thoát
chiếc xe trôi hội nhập một ngày cày

mắt thương thương chạy theo ra đầu ngõ
ánh đèn đêm chong từng sợi tuyết đan
ngày mùng bốn ngỡ thẩn thơ đáo hạn
ồ vẫn đang tay xuống bậy mươi hàng...
5g01AM 04-02-2022

THOÁNG BUỒN ĐẦU NĂM

tròn trịa hai mươi năm
không trở về Đà Nẵng
tính từ năm về thăm
(dài hai tuần lo lắng)

xa quê lâu, khá lâu
nỗi nhớ già theo tuổi
chân đất, trời đội đầu
sần sùi lòng rác bụi

thỉnh thoảng cũng bùi ngùi
ngờ ngợ như cái mốt
trong cuộc sống xứ người
tỏ ra yêu tổ quốc

đương nhiên cũng lai rai
nhớ con đường cái cửa
chỗ dựa lưng tì vai
thổi tình thành ngọn lửa

tết năm nay nhớ nhiều
bởi thằng cháu gởi ảnh
cái chỗ ở thân yêu
hoài nhớ từng góc cạnh

thương chưa cây hoa vàng
nơi ta treo khướu hót
vẫn sống xanh đàng hoàng
nhớ tưởng chừng muốn khóc

nhà xưa lên thêm tầng
dáng, nền cũ vẫn vậy
ngậm ngùi tiếc lâng lâng
phải chi đừng nhìn thấy

chợt nghĩ ngộ vô cùng
đất này như có mạng
thần tài vẫn thủy chung
ám vào vận chủ mới

xưa ta dân ngân hàng
chừ nhà-bâng được dựng
đất phò chủ thanh nhàn
hay chủ ở thơm đất?

nhìn cảnh xưa buồn buồn
nảy nòi ước vớ vẩn
xin lại quốc tịch chăng
già rồi không kịp nữa
5g50,AM05-02-2022

NƠI NGỒI DI ẢNH

tự nhiện thích ngắm bàn thờ
biểu hiện triệu chứng sắp vào cõi âm?
cõi âm chốn lạnh trống không
một khoảnh hay cả mênh mông bầu trời

bàn thờ nơi di ảnh ngồi
khi hồn bay bổng nổi trôi chốn nào
lúc người sinh, trời thêm sao
hay khi người tử thành sao trên trời?

thắc mắc thao thức trong đời
thêm nghi vấn nữa lúc rời thế gian
thân khô sức sống tôi tàn
cũng là thời khắc rỡ ràng hồn tôi?

có không mồ mả cũng rồi
thiếu người phụng lập bàn ngồi cũng thôi
rồi thôi sánh vai thôi rồi
cặp đôi chữ nghĩa cùng tôi mặn nồng

khi còn vui mắt, lặng trông
mẩu bàn thờ đẹp là mong thật thà
dặn mình chớ dại làm ma
sống hiền chết dọa người ta sao đành?
8g29AM06-02-2022

THAN THỞ CHỪ NHƯ THÓI QUEN

đời không phẳng lặng như tờ
nghe trong ta gió từng giờ xôn xao
lơ thì thôi, nghĩ nao nao
thêm một ngày hết cạn hao lượng đời

thở cầm chừng chừ để chơi
vớt vát chút đỉnh vui thời gian qua
cho dù tránh viết chữ già
nhìn tay cầm bút mặt da soi mình

ngẫm ra phá bỏ làm thinh
như một cách giúp chính mình an tâm
thở than đôi lúc cũng cần
dìm cô đơn bớt bềnh bồng bủa vây

hôm nay còn hơi vơi đầy
ngày mai biết được thế này hay không
bạn trạc tuổi hẳn cảm thông
một ngày thật quí dặn lòng thảnh thơi
7g00 AM 09-02-2022

GÓC NGỒI

góc thở tôi hơi tồi tàn
và không đủ rộng đặt bàn lớn hơn
thường một mình, không cô đơn
vì có sẵn ghế phu nhơn ghé ngồi

bà thăm chừng ông ba trời
làm chi còng mãi lưng chơi tối ngày
thơ đầy nhà như bụi bay
thần tình cùng với quen tay bắt hoài

chuyện chi dán cứng trên ngai
bên quân hầu cận từng vai nằm chờ
thân nặng năm tháng xác xơ
ria tóc rõ đã cùn trơ góc già

miệng ngậm mà tay ba hoa
cái mầm mê gái vẫn là vô biên
đọc vài câu rõ ra liền
vần vè cứ mãi vô duyên quên già
13-2-2022

TÂM HỒN NỘI TRỢ

bánh bột lọc bọc nhân tôm
không ớt không phẩm không hồng bên trong
lâu ngày lạ miệng khá ngon
giống như lạ mắt ngắm con gái làng

cũng xanh lá chuối nghiêm trang
ngượng tay vẫn khá đàng hoàng rập khuôn
em làm, vừa để giải buồn
vừa để ta lót bụng thường ham ăn

cả ngày ta lười nói năng
nếu không nhai dễ yếu răng khá mòn
em chăm ta như nuôi con
làm nhiều thứ bánh thay cơm mỗi ngày

bánh tráng thành bánh cuốn ngay
học đòi phù phép nhanh tay gọn gàng
kỳ diệu ở chỗ dịu dàng
thành ngon mọi thứ em làm vì ta

dĩ nhiên hưởng hết cả nhà
nhưng cái đinh đậm tuổi già trước tiên
bao lần cảm ơn vợ hiền
nhưng chỉ suông miệng liên miên thôi à

đầu năm lại đốt pháo hoa
bằng lời trân trọng thật thà bẩm sinh
ta chợt biến thành thần linh
lận em trong trái tim mình thường xuyên
11g45 | 02-01-2021

KHI CHƯA THÀNH CHỮ

tháng ba sang ngày thứ hai
thơ thẩn chỉ mới nửa bài tượng câu
nửa bài thánh hóa đó đâu?
bao nhiêu nhánh chữ bắt cầu tình đi?

mơ hồ chưa hiện hữu gì
cái có vẫn chỉ tâm thi ẩn hình
còn trong thế giới tâm linh
chưa bị uốn nắn dạng hình đời riêng

thơ lúc này rộng vô biên
nhưng cũng hạn hẹp nỗi niềm tâm tư
giàu thi tứ, khá nghèo từ
thật tình lấp lánh gần như thiên thần

khi chưa thành chữ yên nằm
thơ là hồn nữ thanh tân tuyệt vời
viết ra sai biệt chút thôi
nhưng dường như mất vốn đời chút chi...
02-3-2021

BẢN MẶT

chẳng lẽ nào lão là luân hoán
thường hay yêu lạng quạng đây sao?
nhìn mặt mũi trong gương phát nản
chuyện đào hoa quả thật tầm phào

lòng cặp mắt chừng như quá lạ
trắng đen đâu còn xám lờ nhờ
cạn sạch hết bầu trời lãng mạn
lợn cợn những gì như cặn bã thơ

mày cùn rụng mi lưa thưa sợi
mỡ hai quầng đất đắp mộ chăng
hai bên khóe lòe nhòe ướt ướt
ti hí nhìn đời, biết lạ quen?

mắt đã vậy mũi còn tệ nữa
rồi đến môi thiếu hẳn hương tình
răng lưỡi ẩn khỏi khai thêm dị
tránh cho em thảng thốt thất kinh

dung nhan người đầu tiên khuôn mặt
buồn sơ sơ mà tiếc nhiều nhiều
không bảnh trai dễ gì đẹp lão
may hết rồi mỹ nữ đòi yêu
8g15 ngày 05-6-2021

KHI NHẬU THUẦN TÚY THÀNH ĂN

bạn gọi ly cụng chút chơi
không hiếm khi kéo đủ đôi chiếu giường
cái “remorque” là nguồn hương
át hết mùi rượu bình thường mất tiêu

các nàng hết làm người yêu
vào nghề giám sát ít nhiều tinh ma
rượu vào chẳng nghe tiếng “khà”
cũng không bê bối lời ra bụi đời

chuyện cười vẫn cứ kể thôi
văn thơ nhín bớt đôi lời ba hoa
vui chúc sức khỏe mấy bà
kiểu không khen nhưng đúng là đã khen

may mà không bị ăn quen
dễ bày các thứ lăng nhăng ra bàn
có lỡ miệng nói chi hoang
cũng là hâm nóng thời-gian-một-mình

đàn ông là đấng thần linh
thằng nào mà dại không linh tinh gì
lè phè nhậu, thú nam nhi
chừ chia cho đám nhu mì, cũng vui !
7g37, ngày 06-6-2021

THƠ CÀ LĂM

tôi, một người bình thường
viết ít câu tầm thường
có vần nên được gọi
là thơ, ngoài văn chương

tầm thường nhưng cũng khó
ít ra là với tôi
thơ không phải chuyện nhỏ
mà chuyện ở trên trời

tự thử tài mình trước
ý chữ nào thơm tay
thành bản vẽ thiếu nữ
váy mỏng trước gió bay

có lẽ nên chơi cách
tưởng tượng cộng ba hoa
thực tế trộn ẩn dụ
mở đôi nét chánh tà:

"váy em ngắn và mỏng
gió vén còn ngập ngừng
nhưng mắt bọn nam tử
chết sững quên ngại ngùng"

hoặc huyền hoặc hơn chút
mụ mị lồng tả chân
với đường cọ cô đọng
bày thân hồn mỹ nhân:

"bạch nhật gió vô ý
bay ngang rừng lau khô
vướng mùi hương kỳ ảo
phát tiết thành tâm thơ"

cũng có thể sống thật
với kinh nghiệm thói quen:
"thật linh diệu hầm chứa
hơi thở thiếu thăng bằng"

thơ như vậy hay dở
có lẽ còn tùy nghi
người đọc xuất thần nghĩ
và bắt gặp chút gì

tôi chủ ý chơi chữ
gợi mở nhưng luôn gần
cách nói từ đời sống
gia vị thêm điệu vần

tôi làm thơ kiểu vậy
dai nhách qua nhiều năm
nên dẫm chân lời nói
thành câu viết cà lăm
6g23AM, 25-8-2021

MỞ VÀO MÙA HÈ 2021

có con năm hâm-tám
sớm, muộn cũng qua rồi
trẻ, già đã hưởng đủ
mừng còn tiếp tục chơi

con út lên hàng bốn
cộng thêm 5, ngời ngời
mình mới lên hàng tám
còn được biết thảnh thơi

hôm nay đón sinh-nhật-
con-trai-út, đông vui
chỉ vắng ba cháu nội
nên lòng cười kém tươi

đứng chen cùng con cháu
nhà chật càng ấm hơi
nói có phần an ủi
nhưng chẳng chi ngậm ngùi

đời mình không thắng cuộc
trong khá nhiều trò chơi
được bốn con chín cháu
xin tạ ơn đất trời

đầu hạ năm hâm-mốt
mở nhẹ nhàng ra rồi
rộng lớn trong hạn hẹp
riêng gia đình chúng tôi

thở khẽ, gõ giản dị
mười dòng đựng riêng đời
để mừng mình còn được
góp chút tình làm người
5g14 AM 08-7-2021

THEO HƯƠNG THU VÀNG

giọng hát từ hồn vía thu
gió rung lá úa, mưa ru Thu Vàng

khởi từ mạch đất Quảng Nam
ngấm thêm Quảng Ngãi, Huế sang Hà thành
cộng cùng bốn phương đất lành
vút cao ngọng giọng rót cành nhánh thơ

thừa lãng mạn thoáng lẳng lơ
thăm thẳm xa vắng hững hờ bâng khuâng
chợt nũng nịu hương tình nhân
chợt bàng bạc lạnh trắng ngần mây chao...

tôi, người thưởng ngoạn lơ mơ
một đời mê nhạc vu vơ vô chừng
chưa nghe giọng-sống-môi-rung
hóa ra lòng dễ nhập từng âm đưa

những gì vần điệu vừa thưa
không gợn một chút mong vừa lòng ai
ơi người có làn hơi dài
Thu Vàng tiếng gió lá phai rụng buồn

nhạc chọn giọng để tình ươm
giọng chọn nhạc để tâm luôn sống đời
người nghe quờ quạng như tôi
bỗng nhiên huýt sáo thay lời vu vơ

viết có vần không phải thơ
luôn tiện mến quí vui chào cảm ơn,
09-5-2021

ĐI PHỐ TÀU MONTRÉAL

năm ba đường bày quán
được danh xưng Phố Tàu
ăn ké hơi Phố Cũ
du khách, chừng khá giàu

có Tàu là có Việt
ít nhiều chen chân bày
món ăn hợp khẩu vị
ai vui chân ghé đây

chủ Tây giỏi hạn chế
không cho bành trướng nhiều
sau khi xây hai cổng
kỳ lân giữ bấy nhiêu

nhìn chung là đi xuống
dân Việt lặn khá nhanh
dân Tàu xa tổ quốc
hầu như khá hiền lành

muốn bắt chước cụ Hạp
muốn theo gót cụ Sinh
hoặc trung niên Nghiêm nghị
buồn sắp bí lộ trình!

ghé phố Tàu đứng ngó
quen cảnh mà lạ người
chắc có lắm Covid
nhưng dễ gì chấm tôi.
11-4-2021

KHI THỨC GIẤC

giữa khuya đêm vắng ánh trăng
qua caméra gặp tia đèn solaire
thấy cỏ lá không ai đè
tịch mịch đêm lặng lẽ nghe hơi mình
"- hít vào giữ cho bụng phình
thở ra bụng xẹp..." quả tình khó chơi

ông bạn bác sĩ khuyên tôi
theo phương pháp ấy giữ đời lâu hơn
ông nghiêm túc chẳng ba lơn
(yoga, thiền... bỏ hết trơn, khỏi cần)
tôi gắng thử đôi ba lần
bất khả thi, nản, phơi trần bụng, vui

có thêm vài năm làm người
lượm thêm được mấy nụ cười mà ham?
cả đời dài, sống dở òm
không buông cũng bỏ thôi tham lam gì
tôi theo kiểu tôi lâu ni
vịn cứng năm tháng tùy nghi qua ngày

hết số sống hồn thành mây
đương nhiên chấp nhận cái thây tiêu tùng
11-6-2021

VỀ MỘT THI PHẨM TRONG NHIỀU TẬP THƠ TRẦN VẤN LỆ KÝ TẶNG

"ăn của rừng rưng rưng nước mắt"
đọc thơ văn rồi nước mắt bỗng ngưng
nói chơi thôi, bằng hữu xin đừng
phật ý mắng lung tung, buồn lắm

chọn thành ngữ đứng cho tên sách
đã thấy lòng hiền hữu rất bao la
ngọn cỏ hoa gốc rễ rừng già
giữ chân nước gió trời nổi loạn

thơ của bạn nói chung là tài sản
của thi ca ấm áp điệu vần
của những lời nói thế tình nhân
(bận âu yếm quên ngôn từ cần thiết)

nhiều khía cạnh để khen, nhưng thôi nói thiệt
một chữ "hay" (học thói xưa nay)
tỉ mỉ hơn, lượng sức bỏ tay
tội chi mệt, làm dư thêm chữ

nếu bắt buộc tỏ ra lịch sự
có ngay đây gởi bạn, lẫn trình chung:

"Ăn Của Rừng Nước Mắt Rưng Rưng"
thơ của lão hay hỏi thầm nước mắt
hai-trăm-bốn-mươi-lăm trang dày đặc
tình phát ngôn thay tim đập mỗi ngày

thể loại nào cũng chắp cánh hồn bay
nên mọi lớp thứ dân đều khoái cả.

nhận sách tặng ta có phần làm lạ
cảm ơn nhà thơ có phút bốc đồng
không quên như cuốn trước ta mong
để đọc lại mình góp gì trong đó.

cuốn sách này tiền ấn in không nhỏ
bìa dày mang trang điểm tuyệt vời
Trần Triết Uyên Nguyên tay khéo tô bồi
hình thức đẹp ôm nội dung hoàn hảo

để chứng tỏ ta không nói láo
xin trích ngang bất tử ít câu
ta tin rằng bạn đọc gật đầu
và thấy kiểu ta khen không tệ:

"vẫn còn đến nỗi bài thơ lệ
anh chép rồi đây em đâu trao?
xa xứ bước thêm thành viễn xứ
cố hương lòng nhớ cố nhân hoài..."

thơ bạn hiền vẫn nhất mực bi ai
tình nước tình em lai rai trộn đủ
nói chung chung như là chất rượu
uống vừa say vừa tỉnh đi đôi
chỉ vậy thôi và chỉ cần vậy thôi

cảm ơn đời ta có nhiều người bạn...

(mai mốt viết thêm, cứ in sách gởi ta)
với cuộc đời ta chỉ viết chữ hoa,
và ký cả hai chữ này tiếp dưới
Luân Hoán
11-8-2021

BÁNH "ÍT" TRAO ĐI
BÁNH "NHIỀU" TRAO LẠI

bột lọc bọc con tôm
loại bánh tôi rất thích
tuy thật không mấy ngon
hảo tôm thành thèm bánh

bánh hình như dễ làm
nên nhà thường thấy có
nhưng để tôi thơm mồm
em mở sẵn để đó

chẳng phải là tôi lười
mà muốn hương tay vợ
thay được mùi nụ cười
thờng hà tiện quá cỡ

món ăn đã thay hoa
món ăn thế luôn rượu
đều không phải là quà
là tình thời cao tuổi

tôi nhóp nhép cả ngày
chẳng bữa nào là chính
bếp nhà bếp tàu tây
linh động em trù tính

đây một phần lý do
tôi làm thơ như nghịch
chữ vụn cho thành quà
dù em chẳng mấy thích
10g51 tối 11-9-2021

MỘT TẬP THƠ CHẦN CHỜ CHƯA IN

đang định in cho xong
tập BI CA LY BIỆT (1)
đành nán lại vài năm
đến gần ngày ngừng viết

in sớm thiếu những người
thân thương được quen biết
in sát ngày về trời
về đất tặng luôn, tuyệt!

gõ, layout xong rồi
thêm vào là chuyện dễ
thứ tự ngày lìa đời
đông-vui, buồn luôn thế

tập thơ này in ra
con giáp nào giống được?
trong hoa lẫn có ma
đâu dễ gì ai rước

nhưng in chắc phải in
khói hương không dễ đọng
may còn chút thân tình
nghĩa trang trên lòng giấy...

gần suốt một đời tôi
mãi lòng vòng thương tiếc
hy vọng lúc chết rồi
có ai đó tiễn biệt !

1, đã in và phát hành năm 2021 dưới tên Hư Ảo Cõi Hương 440 trang, bìa tranh Đinh Trường Chinh họa sĩ Huỳnh Lê Nhật Tấn trình bày, Nữ họa sĩ Aromaprofundo Thuy Huong vẽ chân dung người viết

CHƠI KIỂU GIÀ

già rồi chơi theo kiểu già
lẹt quẹt vài chữ qua loa quều quào
nghiêm chỉnh trong những tào lao
cũng là cái ngã, bản sao của mình

đời cười khẩy, chê: linh tinh
nhưng mình phải biết chân tình thiết tha
không vụn vặt ta mất ta
dẫu chết chưa biến làm ma nữa là!

trong khi bè bạn trẻ già
ưu tư thế sự phiền hà ngợi khen
chuyện chính trị trắng cùng đen
Mỹ Tàu liền với Trump Den rộn ràng

ta đâu bình thản bàng quan
những chỉ tranh luận với nàng nằm bên
lý lịch chưa biết hay quên
ta giữ căn cước y nguyên một thời

lính Quốc gia, cũng chút tôi
hận đất cũng mất chỗ ngồi làm thơ
trực tiếp đổ máu giữ cờ
chừ có quả thật làm ngơ cười ruồi?

mừng đời còn đông đảo người
yêu nước thứ thiệt rung đùi xứ xa
hoan hô loạng quạng chánh tà
nhập vai xuất sắc hơn là diễn viên

người gần Phật quên tâm thiền
văn hào thi bá xung thiên ngút trời
chém gió hào hứng thật vui
vi vu gió thổi bùi ngùi bên tai
17-01-2021

ĐÃ CÓ LÚC MỖI NGÀY VIẾT 4 CÂU

tay nắm bút chì lộn đầu
gõ lên bàn phím ra câu chữ gì
ý theo từ, cũng đôi khi
từ theo ý bảo tùy nghi sắp hàng

thơ nghiêm túc, thơ hoang hoang
dựa theo thời khắc cưu mang tâm mình
tô màu dựng lên ảnh hình
trò chơi lẩn thẩn tỏ tình lung ung

đến những đôi mắt rưng rưng
những đôi môi chợt ngập ngừng hé thơm
đến trái tim, đếm tấm lòng
đủ thờ ơ, đủ mặn nồng, bao dung

gõ chơi chơi vừa mỏi lưng
mệt mắt nóng trán tạm dừng đứng lên
dưới đây từng cụm đáng quên
cũng rất đáng nhớ từ tim phổi mình:

NHỚ NV NGUYỄN XUÂN HOÀNG
bạn hiền đi đã một năm
nhìn mây thấy bạn thong dong cuối trời
khi hôm nằm thấy một người
hao hao giống bạn rủ tôi phiêu bồng
9.43 tối 12-9-2015

NHÀ CŨ
quê nhà xa - chẳng mấy xa
bay vù một chuyến mở ra cửa rồi
hớp tớp mừng đặt đít ngồi
mông đụng nền đất nhớ người đã mua
7.22 Sáng 12-9-2015

LÀM ... CHẠY
làm toán chạy thời lên mười
Viên, May, Phụng, Sử, Thiệp, tôi... ngon lành
làm thơ chạy tôi khá nhanh
nhưng làm tình chạy tôi dành số không
tặng Trần Công Viên, Trần Văn May, Nguyễn Phụng, Huỳnh Hữu Sử, Nguyễn Chí Thiệp và các bạn khác thời lớp nhất tiểu học Hoàng Diệu cùng thầy Tiếng
7.19 Sáng 12-9-2015

HỒI HƯƠNG
tuần nào tôi cũng tìm về
một hai ba bận khi mê mệt nằm
sợ ngủ, quên mặt núi sông
dụi mắt thấy quấn mền bông quá đầu
7.10 sáng 12-9-2015

KHÁC BIỆT
tôi không mặc áo: ở trần
em không mặc áo : khỏa thân bán phần
khác bởi chữ trước chữ nhân
"phàm" và "mỹ" đã lột trần bản năng
7.05 sáng 12-9-2015

BẢN TÍNH
hồi trẻ mê "cage sans g"
già đầu vẫn vậy chưa hề đổi thay
đất lành ngoài việc trồng cây
trồng tình tha thiết nở đầy hoa thơ
6.56 Sáng 12-9-2015

12-9-2021

KHI CHẠY NGANG QUA TRƯỜNG THI LÁI XE

lối vào trường thi lái xe
có một chị đứng chờ nghe những gì
cell-phone giữa thời buổi ni
chừng như thành vật bất li thân người

chị ấy chẳng quen biết tôi
tôi quen cái lối vào nơi đã từng
thi một cú đụng tin mừng
nhưng rồi thỉnh thoảng chạm chân nơi này

vợ, con, tuần tự đến đây
nhận cái bằng chạy loay hoay mỗi ngày
mới đầu năm ngoái xỏ giày
đưa con dâu đến cầu may lần đầu

từ Việt Nam qua chưa lâu
vội chọn Anh ngữ thành chầu rìa ngay
ba phòng đợi người chêm đầy
có tôi lén ngắm gót giày vạt hông

nhiều quốc tịch lắm sắc dân
tôi thành con vịt nghe dông giữa chiều
thú hơn xem hài kịch nhiều
trường thi lắm dịch vụ điều hành xe

hôm nay coi bộ vắng hoe
nhịp đời mọi chỗ loe ngoe cầm chừng
buồn, nhưng chưa phải buồn hung
"bien aller" hẳn sau cùng "Ça va" (1)

1.chú: đảo câu "Ça va bien aller"mọi chuyên sẽ tốt thôi

BÁNH XE
MỘT ĐẦU NGÕ MONTRÉAL NORD

Grand Montréal
gồm 9 thành phố hợp thành tên chung
tôi ở thành phố dùng cùng
Pháp ngữ lẫn với nhiều vùng tiếng Anh

3 quận 16 khu xanh
quận tôi ở vốn không lành bao nhiêu
chỉ một lần (đã quá nhiều)
cảnh sát nổ súng triệt tiêu một người
gốc nhập cư khác tôi
tạo ra bạo động 5 người bị thương

chuyện này quả thật khác thường
ở nơi vốn dĩ người thương quí người
*
Montréal nord với riêng tôi
lành và vang rộng tiếng cười thường xuyên
quận có 29 công viên
9 ngàn dân sống hồn nhiên đề huề

nhiều con số được kiểm kê
nhưng thôi thơ thẩn lề mề làm chi
chẳng địa dư chí tinh vi
chi tiết là cách giết đi thi tình !

bởi ngộ bánh xe hữu hình
mà chưa hiểu ý, giật mình hoang mang
bánh xe luân hồi nhân gian ?
thấm nhuần triết Phật nhịp nhàng tinh hoa ?

pháp luân chuyển tiếp nhẩn nha
quá khứ, hiện tại tà tà tương lai
không dám luận bậy dông dài
chỉ thông báo đến những ai tìm mình

nhà tôi không xa công trình
bánh xe vững chắc khoe hình dạng đây
sáu, bảy phút cộng mươi giây
gặp tôi ngồi có trong tay bút chì...
13g10 | 22-01-2021

KHUYNH HƯỚNG TRANG TRÍ

cách đây, không xa bao lâu
làm thơ lẩm cẩm treo xâu tình mình
nội dung thường rất linh tinh
hoang đàng thấp thoáng lung linh chân tình
phụ đề thường chọn em xinh
thơm da mát thịt chưng hình theo khoe

tôi giản dị ít màu mè
nhưng ưa mọi vật hoa hoè non tơ
chủ đề, nếu có trong thơ
đâu cần minh họa khít khao ngôn từ
nên ảnh thuyền quyên tiểu thư
luôn là chọn lựa gần như hàng đầu

thi ca đi với mắt sâu
thanh tú khuôn mặt nhiệm mầu vóc hoa
đời đời thiếu nữ vẫn là
cái đẹp bất diệt hài hòa thiên nhiên
cũng như tôi, đám bợm ghiền
văn chương chữ nghĩa đương nhiên về hùa

*

đang hứng thú chơi búa xua
bỗng nhớ trực, xác già nua của mình
mọi thứ đáng yêu mất linh
hồn thơ cũng chớm lình bình thiếu hơi
nhìn thơ quá khác với người
đâm ra ngượng lẫn ngậm ngùi suy tư

đành rằng nhan sắc tiểu thư
như là họa phẩm hồ như muôn đời
tuổi nào không ngưỡng mộ vui
tâm phục thưởng ngoạn đủ nuôi tâm hồn
thế nhưng tôi chợt bồn chồn
dù thơ vớ vẩn tình còn thơm tay

lơi dần khuôn mặt mình dây
nhất là những rẻo thịt đầy gợi ru
kiểu chọn em chưng bây chừ
như là tĩnh vật đẹp từ hồn nhiên
dẫu thỉnh thoảng em làm phiền
tâm tu đạo cũng chợt ghiền vu vơ
22-8-2021

TÍCH TRỮ CHỜ THỜI

mong bán cho xong mớ hàng nằm
lỡ bày phơi gió, chợ không đông
vốn là công sức chơi một thuở
uống nước lạnh làm chuyện bao đồng

hàng cũ chưng ra quá rối tay
tốn giờ cho lẩm cẩm trình bày
lỡ chơi, hay dở liều chơi tiếp
chẳng lẽ để không khoảnh đất này?

cớ sự cũng vì chuyện dở hơi
lai rai thơ thẩn ngày vui đời
thơ như nhật ký chưa bày mặt
chờ sau khi chết nhờ con phơi

dự định sơ sơ vài trăm bài
dĩ vãng kéo theo cả tương lai
sau ngày nhắm mắt còn có cái
con dán giùm như mình sống dai

chẳng để hù ai như Khổng Minh
dọa Tư Mã Ý phải giật mình
ta mong hiện hữu chơi cùng bạn
đời hẳn bao dung chút thân tình?

hy vọng có người bắt chước ta
trò chơi níu kéo cái tuổi già
chết không nấm mộ may ra có
nhúm chữ cùn phơi năm tháng qua...

tích trữ đầu cơ để chờ thời
thời gì không biết, chơi cứ chơi
thực hành mấy bữa nay, tạm được
đừng bỏ cuộc nghe cái-ta ơi!
8g14 ngày 23-32021

ĐI GIAO TẠP CHÍ NGÔN NGỮ

trong thời nghiêm khắc cách ly
chuyện trò ít phút nhiều khi bất ngờ
rủ nhau cùng lên bàn thờ
lỗi phải không biết bên nào gây ra

gặp nhau chỉ cười qua-loa
trốn luôn cho chắc mạng già, tốt hơn
nhấn chuông cửa, nhắn qua phone
tiếp theo chụp ảnh là ngon lắm rồi

trò này học được từ người
giao hàng thường đến nhà tôi mỗi tuần
họ làm bằng, tôi để chưng
mình và cánh cửa ung dung quá trời!

vui vui vẻ vẻ chạy chơi
một vòng chốn cũ chẳng bồi hồi chi
Barclay không thay đổi gì
hay tôi hời hợt giấu đi đôi điều

cụ Trương Bảo Sơn tiêu diêu
Lê Quang Xuân đã theo diều mới bay
tôi xa hơn mười năm nay
còn ông trẻ nhất dẻo tay tuyệt vời

ông hết vác cày qua đồi
chuyên bưng mọi thứ trên đời vào văn
trời đất thuận tình vinh thăng
giao ông cho việc khó khăn hơi nhiều

ông luôn phơi phới tự kiêu
vì họ Hồ vốn được nhiều kiều mê?

mất hơn giờ rưỡi đi về
trong một ngày đẹp không u mê nhiều
tự nhiên chừ thấy buồn thiu
cuộc đời ngắn quá, nắng chiều bao lâu?
4g23 | 24-01-2021

LY TAO

con trai đi chơi về
đến phiên con gái tiếp
cặp già lão nằm kề
miệng lỗ bâng khuâng tiếc

sống giàu nhờ di động
đã là chuyện đương nhiên
dòng chảy của cuộc sống
vẫn từ cao xuôi triền

ngồi nhà buồn lững lững
ghé tưới cây giùm con
hoa trái trồng tài tử
phơi phới màu tươi non

nhánh cành như chào hỏi
thủ thỉ những tâm tình
tay sờ ngọn lá biếc
nghe chạm những nhịp tim

trời sớm mai nắng dịu
vài cọng gió lao chao
xô dòng nước em vãi
nghiêng lóe li ti sao

chợt thấy con sâu nhỏ
lạ mắt và vô danh
không rõ từ đâu tới
cùng hít thở khí lành

cố tìm không thấy bướm
trên đầu ấm tiếng chim
không dưng nhìn chân tướng
thân mình không rung rinh

thừa biết vẫn đang thở
không khác gì hôm qua
sao thân thể nghe nặng
thêm gì? chút xót xa?

cuộc sống đang rất thật
mình cũng còn thật luôn
lơ mơ chi cảnh ảo
lòng chùng xuống buồn buồn

vẫn có ý tìm tứ
lãng đãng không gặp thơ
vốc bậy nắm không khí
mát rượi nàng-ly-tao

đúng là thơ - khỏi viết
khỏi cả chữ lẫn câu
sảng khoái giữa trời đất
tâm thơ nâng nhẹ đầu

ly tao này không phải
trường thiên của Khuất Nguyên
(não lòng nguồn tâm sự)
của tâm hiền ta riêng

tạm thời xin gác lại
sẽ tỏ bày tiếp sau
hôm nay đã đủ cái
lấp khuất rễ buồn rầu.
7.16, ngày 24-8-2021

"PHƠI" BÚT

phơi-bút là tên gọi
không phải là động từ
nơi để phơi tâm sự
trong lòng đang thặng dư

bút bic đôi ba ngọn
viết chì hai ba cây
bút chì dùng để gõ
viết bic dùng múa may

có người phơi tình héo
lắm kẻ phơi tình tươi
riêng tôi phơi tuốt luốt
mọi vớ vẩn tình người

phơi bút nơi học hỏi
triệu thầy không thúi ma
phơi bút nơi giải trí
đủ trò chơi chánh tà

phơi bút giàu trai đẹp
sung túc những gái xinh
hấp dẫn đầy quyến rũ
dễ ghiền đời mê tình

mỗi người là thượng đế
đủ tự do múa rìu
còn có thể chấm điểm
khuyên, chê nhiều độc chiêu

thật lòng tình giao hảo
khích bác nhau, tùy nghi
từ văn hoa, dung tục
mọc như nấm trường kỳ

hấp dẫn là chỗ đó
có người chán hô - đi
nhưng rồi quay trở lại
không vui chơi, ngu gì!

Tôi chưa dài "tuổi đảng"
(một cái đảng vô hình
nội qui tưởng lỏng lẻo
nhưng mà nghiêm khắc, kinh!)

với bốn lần dán bảng
"nghỉ xả hơi ít ngày"
tôi luôn thực hành đúng
rồi chơi miết đến nay

Thơ-phơi-bút bị chửi
nhưng càng chơi càng sung
thuốc cường dương bổ thận
là tình đông vui chung

bạn hiền ơi, đa tạ
thân tình mến lâu nay
tôi lai rai cùng bạn
cho đến phút xuôi tay

Lẩm cẩm đã dài quá
chưa nói hết nhiều điều
sớm mai trong thanh vắng
thở những hơi, hơi liều

cảm ơn, chúc sức khỏe
salut bạn cũ ta
enchanté bạn mới
à demain, vậy nha !
7g08 ngày 28-5-2021

GIỖ CHA LẦN 42

hôm nay ngày giỗ cha
bốn-mươi-hai năm ngày mất
lễ cúng bày qua loa
cùng nhớ thương ẩn khuất

cha khoái ăn đường đen
thỉnh thoảng lộn rơm rác
cha cũng khoái bàn đèn
kéo ro ro như hát

ở đây hai mòn đó
quả thật là khó tìm
chợt nghe ba nói nhỏ
- lâu nay ba đã quên

vậy cũng mừng một chút
con lặng lẽ thắp hương
hương cháy bay lên khói
khói hình như biết buồn

khói tan buồn chưa mất
dù không gian trống không
con cảm thấy ray rứt
lâng lâng tràn trong lòng

cha còn thích nhiều thứ
nhưng chắc cũng đã quên
con nhớ cũng muốn nhắc
nhưng thôi cũng nên quên

ngồi đợi hương cháy hết
chính giữa hai ngọn đèn
cảm được sự linh hiển
khó tả được nỗi niềm

con nghĩ về sự chết
mỗi ngày một đến gần
sợ lo buồn chuẩn bị
quanh quẩn nỗi bâng khuâng

muốn bằng cha tám-bốn
vẫn tỉnh táo ra đi
dẫu chắc rằng khó được
vẫn đợi đời tùy nghi

hương tàn khói tan mất
con nhắm mắt một hồi
nội tâm và ngoại giới
liền mạch không đất trời...
tháng 3-2021

TÔI THỜI CAO TUỔI

tuổi già tôi chẳng giống ai
không thong dong kiểu lai rai rượu trà
không thảnh thơi chăm bón hoa
không "tiền mã hậu pháo" sa đà ngồi
tuổi già tôi đội cái tôi
săm soi nhiều chỗ lôi thôi buồn thầm

thứ nhất thiếu bộ râu cằm
không có chi vuốt ngồi nằm buồn tay
phải chi hồng nhan cho vay
sợi tơ ngọn tóc làm dây chỉ hồng
khâu lòng vào với thinh không
thành một cái túi đựng mông mênh buồn

thứ hai tôi không nằm suông
mà vọc con chữ, mơ luôn hoa đào
cái thú mang ra đưa vào
hồn trong thơ thẩn vẩn vơ còn ghiền
không vô tâm chỉ hồn nhiên
như yêu như nhớ loạn thiên bình thường

thứ ba, khó được ai thương
bởi thói dễ tính kiêm luôn yêu đời
không dám khen mình chịu chơi
mà chịu chơi thiệt tới nơi em à

rảnh rỗi xin mời ghé qua
lòng tôi không quán mà nhà định cư
ưu tiên cho quí tiểu thư
già tôi không dịch, chỉ vui xuề xòa

em mô thuận tiện chung nhà
càng hay, khỏi phải la cà đâu xa...

2020

GIÀ TÔI, TỔ QUỐC VÀ EM

yêu tổ quốc, yêu em
những tình yêu linh hiển
khi có tuổi nói lên
lời, chữ đầy lợn cợn

tình ấy ở trong tim
có tăng không sút giảm
nhưng cần sự lặng im
quí hơn nhiều phát tán

tôi giàu có cả đời
yêu em yêu đất nước
bày qua chữ hơn lời
không phải chỉ lấy được

già dị ứng với thơ
kiểu nồng nàn bài bản
văn hoa mấy cũng thô
bộc trực càng như xạo

nghiệm rằng có tuổi già
tâm hồn bị trẻ hóa
khi gõ mặt chữ ra
lòi chút gì dối trá

yêu tổ quốc, yêu em
những tình yêu linh hiển
theo thời kỳ trái tim
nên lộ diện, tắt lịm

là riêng cá nhân tôi
còn quí đại lão khác
chắc chắn phải khác rồi
tùy các chú, các bác
5g42, 24-01-2022g33, 10-10-2020

VẬT CÚNG TÔI

ba ly rượu, cặp đào tiên
còn nguyên lá biếc an nhiên nhánh cành
mõ chuông bất động tạo thanh
dáng hoa thơm nét họa tranh cuộc đời

mai này tôi khép tay xuôi
đạm bạc mong lễ vậy thôi đủ rồi
hồn thăng thiên lên cõi trời
hay hạ địa phủ cũng thời (1) hương hoa

kiếp sau, sau nữa vẫn là
xin mâm cúng gọn đậm đà bấy nhiêu
vong không đòi hỏi chi nhiều
từng sống chừng ấy tiêu diêu khác gì

cõi trần = chỗ đến để đi
(cõi nào có đến không đi hẳn buồn)
luân thay hoán đổi luôn luôn
tránh "monotone" để mở nguồn sống vui

"đơn điệu" trong kiểu ngậm ngùi
nam... mô... cốc... cốc... khói trôi thêm rầu
về đâu nối tiếp những đâu
kiếp nào chấm hết kiếp sau, sau nào ?

5g57, 12-9-2020

1= động từ, đồng nghĩa ăn

MẤT BÓNG

tôi ngồi trước ngọn đèn chong
thường thường thấy bóng tôi nằm phía sau
hôm nay bóng mất đi đâu
ngoái nhìn hiện một khoảnh sâu lạnh lùng

nhích thân xoay trở lung tung
bóng vẫn biệt tích trong vùng âm u
thừ người nghĩ hẳn đèn lu
cho tăng độ sáng khoảng mù trắng ra

đâu rồi ơi hỡi bóng ta
ta người chưa phải là ma kia mà
già lên lùn xuống thật à?
nhưng đâu dễ mất bóng tà chánh đi

bần thần hết muốn làm chi
phủi tay đứng dậy làm gì hôm nay?
2020

NGÃ BÊN CHẬU HOA

cả tuần lòng dạ bần thần
biết sẽ phải trả nợ nần chi đây
vẫn phải lái xe mỗi ngày
tim đập phổi thở từng giây phút đời

giữ từng động tác đứng ngồi
nhẹ nhàng cẩn thận di dời chân đi
hiểm họa rập rình chờ khi
xuất kỳ bất ý tạo tì vết ngay

tai nạn không kịp trở tay
hôm nay ập đến, cũng may an lành
bốn giờ sáng dậy xuất hành
thay vì đếm bước loanh quanh trong nhà

sáu nấc thang xuống vừa qua
đổ thân lên mép chậu hoa sắp tàn
khủy tay đầu gối râm ran
đâu ngờ dây nịt chân mang sút rồi

một tai nạn nhỏ tuyệt vời
giúp an tâm đủ rong chơi trọn hè
linh tính tôi, không phải khoe
gần gần chính xác luôn đè nặng tôi

trong tôi như có một người
khuất mặt mách trước những vui cùng buồn
tuy mơ hồ nhưng thường thường
diễn tiến khá sát với nguồn băn khoăn...
6g 18 / 14-8-2019

RƯỢU VÀ TÔI

1. Hớp rượu đầu đời

hớp rượu đầu đời thấm môi
uống lén của mẹ-lớn tôi để dành
chất nước trong chai màu xanh
có gì giúp mẹ ngủ lành như hoa

mới hớp tôi định nhổ ra
vị cay ngỡ bỏng lưỡi mà rất thơm
rượu rớt tuột vào bên trong
một cục lửa nóng nghe lòng rang rang

tôi thở dài hơi vội vàng
chùi môi rón rén lại bàn ngồi chơi
rượu chưa hợp với tuổi tôi
phải đợi lúc có tuổi đời lớn khôn

thật ra rượu chẳng chi ngon
thà uống nước lạnh mát hơn rất nhiều
tuổi thơ tôi có lắm chiêu
rất ư người lớn buồn thiu bất ngờ...

2. Uống Thời Phất Phơ Mang Súng

ngụm rượu cuối chưa nốc vào
đầu lệch trên cái ba lô ngó trời
nhớ em nhiều chỗ nhiều nơi
cần say lấp cái thèm chơi chập chờn

rượu nóng người quên cô đơn
hết sợ ma quỉ bất nhơn rập rình
giữa nơi thập tử nhất sinh
dở ngon rượu cũng giúp mình thong dong

rượu trôi lạng quạng xuống lòng
những dòng ảo tưởng bềnh bồng bóng em
ngà ngà chưa đủ say mềm
lâng lâng lẫn lộn nhớ quên nụ tình

ta đâu phải bạn Lưu Linh (1)
và anh Lý Bạch thật tình chưa quen (2)
những anh nát rượu sao bằng
ta pha uống với gió trăng li bì

ừ thì cũng cụng tù tì
cùng đám binh nhất binh nhì dễ thương
lên hạ sĩ đã phi thường
trung sĩ quá bảnh cưa suông khỏi mồi

khỏi đưa cay bận rộn môi
tiếng khà cũng thiếu đã-đời bớt đi
gần như không rảnh nhâm nhi
kiểu uống của lính-trận chì: nốc vô

khi không nổ súng làm thơ
ta chơi đúng điệu người chờ đầu thai
cuối cùng sứt một chút trai
ta về lơ rượu thủ vai cha hiền

3. Uống Thời Lù Đù Cạo Giấy

chia tay rừng núi bưng biền
áo trong quần chạy xe riêng tàng tàng
vui cùng chữ số ngân hàng
đời sống liền với mặt bàn "bureau"

cuối tuần thong thả cũng dzô
whisky, cognac-xo còn tùy
Phùng Minh, Phan Minh Khóa chi
còn ta nhấm nháp tí ti phá mồi

uống kiểu ta, uống chơi chơi
nhưng ai theo kịp bở-hơi-tai liền
cũng là nước, đáng chi ghiền
đâu phải duyên dáng hiền hiền mỹ nhân

ta bỏ cách uống quân nhân
chuyển qua công chức thêm phần phương phi
nhiều lần bè bạn rủ đi
chơi trước ít xị phòng khi kéo dài

rượu vào nói dở nói dai
nhưng nói dẻo-kẹo chẳng oai hùng nhiều
nghiệm ra say quá, yếu xìu
chưa chắc hẳn đã một siêu nhân quần

nhớ lần tất niên vui chung
được ngồi kề cận áo nhung lụa mềm
uống đỡ giùm cho vài em
để rồi giám đốc cõng lên tận phòng...

4. Uống Thời Lơ Láo Cõi Người

bỏ nhà bỏ nước long đong
xa nước có phải lưu vong không à?
vừa mới qua đã qua-loa
chát trắng chát đỏ trong nhà vài chai

rủi hay may chợt ù tai
thở không hơi, ngỡ như ai bóp hầu
mùi rượu không dị ứng đầu
mà tác dụng cổ, tưởng đâu thăng liền

cai bỏ là chuyện ưu tiên
không mặn với rượu đương nhiên dễ rồi
bây giờ rượu chỉ dính môi
khi cực chẳng đã bạn mời xã giao

những người bạn-gió-qua-rào
nhìn ta uống rượu khều khào chọc quê
ta đâu vô lễ chửi thề
cười cười giả lả có hề hấn chi

vô phong kỳ vẫn là kỳ
nếu thử em tặng xiêm y bất ngờ
cụng ly kiểu ta bây giờ
không còn hào hứng dzô dzô võ biền
*
cả đời yếu rượu thành hiền
yêu em có bắt buộc ghiền rượu không?
và làm thơ-cạn-như-sông
có cần ngấm rượu để lòng ngâm em?
23g51 – 07-10-2019

ghi chú:
1. LL= tự Bá Luân, đời Tấn, Trung Hoa tác gỉa "Tửu Đức Tụng" người uống rượu không say.
2.LB= còn được gọi Tửu Tiên, đời Thịnh Đường, đề huề thơ rượu.

PHẾ BINH

khi cầm súng chúng ta không mơ ước
bất cứ điều gì cho cá nhân riêng
càng không mộng ngày mai ra mặt trận
tàn sát thật nhiều những kẻ không hiền

không bắn địch dĩ nhiên bị địch bắn
điều đương nhiên sơ đẳng đã nằm lòng
cớ vì sao chúng ta thường lọng cọng
tay trên cò hồn chìm nổi thinh không

đã không hẳn đứng sau lưng đồng đội
khi xung phong hùng hổ chiếm mục tiêu
vai chỉ huy khiêm nhường luôn sát cánh
dàn hàng ngang can đảm khác chi liều

như vậy đó nên đến ngày ngã xuống
vạt cỏ xanh mương đất nép hàng cây
vừa thân nằm choáng bao nhiêu diện tích
sao mênh mông chi địa hồn loay hoay

nhìn thấy máu biết rằng mình còn sống
bóp trong tay dòng nước ấy tỉnh bơ
buồn chưa đến và đau chưa kịp xốn
ôi linh thiêng giờ phút ấy mơ hồ

qua vài bữa và rồi lưng nửa tháng
bạn ta ơi kinh nghiệm bạn ra sao
bạn chân phải còn ta đây chân trái
thịt xương da rơi như giọt mưa rào

hạnh phúc lớn của quân nhân mạng sống
giữ vẹn rồi sao chợt thấy cay cay
cơ hội hy sinh làm anh hùng tử sĩ
dẫu vô danh đã theo gió đưa mây

càng có tuổi càng đau nhìn thương tích
bại trận hai lần cho mỗi chúng ta
ngay cả chữ thương binh chừ cũng mất
hương rượu xưa đâu không vẳng tiếng khà?
2019

PHÀM PHU TỤC TỬ

sắp 76 lẽ nào ta không biết
quí bản thân, tự lo cho mình
mộng bòn đất trời thêm vài tuổi
chuyện thường tình ở cõi nhân sinh

ăn vừa phải là điều thứ nhất
ngủ thật ngon là điểm thứ hai
cười, đi đứng thay cho tam khoái
bỏ linh tinh các thứ ngoài tai

những điểm ấy ta không thực hiện
hoặc cố tình hành sự khác đi
bởi không tham thêm vài ba tuổi
sống chờ đi đâu có ích gì

vẫn thịt heo thịt bò xả láng
tôm bự con chiên hành thơm vàng
gà nướng sẵn đôi khi động đũa
cá biển sông miễn sắp lên bàn

nghêu với sò loại không nguyên chủng
thứ mượn danh thưởng thức mới ngon
chẳng cần rượu, cà phê, thuốc lá
hưởng dụng toàn một thứ nước trong

ta ăn uống "phàm phu tục tử"
mong lên cân mà chẳng thấy lên
dẫu bụng đã có hơi bự bự
nhờ chíp, bánh in không phút nào quên
2019

NGẪU NHIÊN

không hẳn là thói quen
dẫu đều đều lặp lại
không ba thì bốn giờ
sáng sớm ngồi tự tại

tự tại nghĩa là gì?
ung dung lẫn thư thái
thảnh thơi cùng an nhiên
không lo nghĩ phiền muộn

ta được vậy hay không?
mỗi sớm mai tỉnh ngủ
chuyện mộng mị bềnh bồng
còn đè nặng tâm trí

ngọn đèn soi nhìn ta
không đọc được khuôn mặt
lấy gì hiểu lòng ta
khi chính ta chưa rõ

nếu ngồi im để ngó
thế giới qua màn hình
có thể ta sẽ mất
ý mình trước bình minh

nên đều đều gõ chữ
đẩy đưa đuôi bút chì
bàn phím không nám bụi
thâm mùi ta vân vi

giang sơn nào dễ đổi!
bổn tánh nào khó dời!
trong một phút nào đó
định luật thành trời ơi

ta ngồi mỗi sáng sớm
ta viết lúc lặng im
không hẳn toàn như vậy
chữ tình theo trái tim

mọi hành động thực hiện
của ta thường bất ngờ
và ta còn ta được
cũng đều do tình cờ
10-3-2019

SỚM MAI VÀ TÔI

cánh cửa tháng mười mở ra
tôi theo trời đất tà tà bước vô
bắt đầu cai nghiện làm thơ
theo đúng kế hoạch đơn sơ như vầy:

ngay từ ngày 1, hôm nay
giảm từ từ nhịp độ say vần ve
thả lỏng tâm trí lè phè
mặc thêm khoác dày che mưa phùn

lắng nghe gió hát điệu buồn
nắng than phai sắc nhạt hương bất ngờ
tâm bình nhất quyết làm lơ
không nhìn theo vóc thân cô ngang nhà

nhẹ tênh hồn vía thăng hoa
theo ngọn khói mỏng ly trà bốc lên
góc ngồi chợt rộng mông mênh
và tôi khoảnh khắc biết quên cuộc đời

thu hẹp dần vào cái tôi
cái tôi nhỏ mãi đến hồi bao la
5g22 | 01-10-2019

VƯỜN TA CÒN XANH CỎ HOA

thú vị với bài thơ
cùng vườn cây hoa trái
nhưng viết hơi ỡm ờ
có chăng dễ không phải?

tự nhiên thấy thiếu nợ
cùng trái ớt quả cà
trái khổ-qua trái bí
thêm hèn mọn chúng ra

hỡi ơi hoa với trái
cho ta vui từng giờ
vun đất cùng tưới nước
chưa được đẹp dòng thơ!

*

sống sát đời hiện thực
mộng ước không viễn mơ
đôi khi thành kỳ cục?
ta chả tin bao giờ!

bón phân là tiếp sức
tưới nước là làm mưa
ta tuy không múa bút
nhưng gõ chữ hẳn hoài

người bạn đọc thứ nhất
không phải là vợ ta
người bạn đọc kế tiếp
đương nhiên là chính ta

*

từ nhìn cây xanh lá
vươn mạnh và trổ hoa
bướm ong thưa thớt viếng
đã mỗi ngày có ta

không hẳn phải cần trái
lòng ta ươm mướt thơ
cho cây và cho lá
thầm lặng thở từng giờ

yêu cây là yêu đất
yêu cây là yêu trời
trời đất giữ ta sống
yêu cây là yêu đời

ta "vòng vo tam quốc"
bởi viết là trò chơi
ta chơi kiểu tự chọn
giữa tâm an thảnh thơi

vần điệu như mắc xích
nối kết những ý rời
tưởng dễ đọc, không dễ
nếu thiếu tâm yêu đời

*

sáng nay ta dạo lại
mảnh vườn như bàn tay
với ta vẫn quá rộng
cây úa cỏ quá dày

thế nào "đời thực vật"?
từng nghe miệng thế gian
ta hiểu và không hiểu
chợt có chút bất an

ta yêu cây yêu cỏ
yêu sinh vật sống nhờ
đang đứng chờ se-sẻ
bọn chúng đang ở mô?

*

đồng cảm cùng ta chẳng
còn mấy ai bây giờ?
siêu đẳng kiến thức, dễ
bình thường tâm, chừng cao!

em yêu đứng chụp bóng
tâm điểm ta hay cây
khéo tay trộn chung nhé
cả trên kia, đám mây...
6g 50 | 22-9-2019

XONG MỘT VIỆC HỆ TRỌNG

hôm qua một ngày đẹp trời
sáng mát trưa nóng chiều oi oi nồng
cùng ngày em đã tẩy xong
vết năm tháng cứng đôi tròng mắt nâu

cuộc đời vẫn đủ sắc màu
theo em nhìn ngắm nông sâu thân tình
lạc quan hình ảnh lung linh
bi quan góc cạnh tượng hình không vui

cảm ơn khoa học con người
đổi thay nhiều thứ từ trời đất ban
giữ nguyên “lá ngọc cành vàng”
và trái tim vẫn nồng nàn yêu tôi

cả hai ta cùng yêu đời
(cải lương một chút ai cười được đây)

đêm nằm tôi nắm bàn tay
hôn nhẹ, sợ động em hay giật mình
bà mụ dạy em làm thinh
nên môi tôi giữ nụ tình hơi lâu...
4g 40 – 13-8-2019

MỪNG VINA LE LÊN 12

thơ mừng sinh nhật mỗi năm
với tôi như thể luôn nằm trong tay
không như cơm bữa mỗi ngày
nhưng mức sản xuất vẫn dày yêu thương

một vợ bốn con, bình thường
tám cháu nội ngoại, khiêm nhường thế thôi
cộng thêm một nữa là tôi
thỉnh thoảng em út, bạn chơi bất ngờ

vị chi tôi đã vẩn vơ
trên mười mấy bận theo thơ chúc mừng
thơ sinh nhật giống thơ xuân
phải vui trẻ khỏe, tưng bừng càng ngon

năm ngoái năm kia sức còn
câu thơ đầy đủ cái hồn bao la
vụng về che bởi ba hoa
thương yêu tha thiết đậm đà tăng thêm

năm nay bảy nhớ ba quên
trí tâm chút ít gởi lên mây trời
thương yêu dư dả đó thôi
bốc ra nặn bánh đã hơi vụng về

các cháu biết mặt a, b
nhưng chỉ bé lớn biết nghề "ngoại ông"
cho chúng thơ là tặng lòng
cho hết thảy cả đám đông gia đình

dĩ nhiên cho cả chính mình
thiết tha từ những linh tinh nhớ chừng
cảm ơn bạn gái ngủ chung
lâu lâu góp ý chỉnh từng chữ sai

*

bây chừ đang gõ vội bài
cho con cháu nội chân dài chưa khôn
12 tuổi cao hơn ông
Pháp Anh vi vút ngon hơn ông nhiều

thơ này chưa có vị thiu
cho Vina cháu buổi chiều hôm nay
chúc gia đình ta mỗi ngày
vẫn nhận ít ít gió bay ngoài trời

quà mừng đơn giản vậy thôi
"húp gió" là sống tuyệt vời vì nhau
Xuân Montréal bắt đầu
hoa tuyết mướt cánh hải âu đã về
6.10 sáng 10-3-2018

BÂNG KHUÂNG

buổi sáng chim về từ rừng núi
ngọn gió bay theo tiếng hót tình
tôi mở cửa nhìn mây theo gió
lòng thơ từng nụ chớm lung linh

ánh nắng chưa lên ngày đã tới
sương mỏng dần tan giữa đất trời
tôi thả mình vào không khí mát
hòa cùng vạn vật một niềm vui

nghe tự nghìn xưa ngàn tiếng gọi
tên tôi tên tổ quốc xa vời
danh xưng người, vật thân thiết quá
sao tưởng chừng như lạc đi đâu

trời vẫn trên đầu không rộng lắm
khoảng cách quen thân cũng như xưa
sáng nay sáng của thời gian trước
khác giống gì nhau, tôi có thừa?
5.45- 09-7-2018

THÁNG TƯ NHỚ CHUYỆN THÁNG BA

những ngày cũ một tháng Ba
đáng quên vẫn nhớ xót xa mạch buồn
tôi "từ chết đến bị thương"
dù không tham dự chiến trường súng dao

có nhà, có vợ, có đào
có con, ba đứa hồng hào dễ thương
nhà nằm trên đường Hùng Vương (0)
bán buôn chữ nghĩa văn chương tà tà

từ Văn Học, Thịnh tin ra (1)
chuẩn bị ra số về ta ngon lành
Rượu Hồng Đã Rót lòng xanh (2)
lên mây khắp hướng phủ quanh mặt trời

đời đang lên chưa dám cười
bỗng đâu chiến sự đẩy lùi niềm vui
hơn nửa tháng phờ cái tôi
ngân hàng như một biển người bao quanh (3)

dân thành phố chợt tăng nhanh
đi đụng đầu những bạo hành linh tinh
ngày hâm-lăm còn thất kinh (4)
sáng hâm-bảy chợt tình hình bình an (5)

tướng Trưởng ổn định địa bàn (6)
bàn tay láu táu lẹ làng thảo thơ
không ngờ, quả thật không ngờ
ngày hâm-tám khóc tỉnh bơ giữa đường (7)

chiếc Honda dame bất lương
chết máy trong lúc đang tuôn về nhà
từ Thông Tin chống chân qua (8)
gần một cây số đủ hoa mặt mày

non nửa triệu bạc trong tay (9)
buồn vui chẳng nhớ ngày này ra sao
jeep ai mắc ở cửa vào (10)
vợ con về ngoại hồi nào không hay

cúi lưng cột lại giây giày
thay bugi phóng như bay đi tìm
ngày hâm-chín thương trái tim
bình yên nhịp đập lim dim mắt ngồi

mọi việc như đã xong rồi
trấn an mình cần dạo chơi một vòng
cùng Tùng, Hạp, Vưu Nam Trân (11)
lên jeep chạy dọc bờ sông Hàn buồn

xe quay đầu ngay giữa đường
thấy cờ xanh đỏ tai ương giật mình
đã biết vẫn còn thất kinh
vội vã trở lại chỗ mình ra đi

lòng nóng chưa biết làm chi
nhớ Hồ Minh dặn vội đi vô chùa (12)
Tỉnh Hội hỗn độn a dua
bỏ đến nhà Chí xin bùa đỏ xanh (13)

một cẳng rưỡi vẫn rất nhanh
về dán trước cửa dữ lành tùy nghi
nhà chưa giàu đâu có chi
mấy trăm cuốn sách chia ly ngậm ngùi

một tháng Ba đổi đời người
với trăm kỷ niệm nhắc chơi cầm chừng
chữ vụng không biết rưng rưng
lòng đành an táng buồn chung nhiều người

thượng đế vẫn ở trên trời ?
chúng ta làm việc vui chơi sinh tồn
sau tháng Ba thêm một con (14)
suy cho cùng tôi vẫn ngon như thường
8.29 sáng 22.4.2018
*
ghi chú:

(0)= quán sách Ngôn Ngữ, số 58 Hùng Vương
(1)= tạp chí Văn Học, Phan Kim Thịnh
(2)= RHĐR tên thi phẩm do Nguyễn Sông Ba chăm sóc in ở Đà Lạt đã về ĐN
(3)= ngân hàng Việt Nam Thương Tín số 40 đường Độc Lập, nơi làm việc.
(4)= ngày Chu Lai thất thủ
(5)= ngày Quân Vụ Thị Trấn ổn định trật tự thành phố ĐN.
(6)= Trung Tướng Ngô Quang Trưởng Tư Lệnh Quân Đoàn I.
(7)= ngày Ngân hàng đóng cửa chờ di tản.
(8)= Ty Thông Tin ĐN góc Yên Bái +Hùng Vương
(9)= tiền ngân hàng cho nhân viên lần cuối
(10)= một jeep nhà binh tông vào cửa sắt, bể lốp và dính lại vài ngày trước đó.
(11)= tên một số bạn tôi trong ngày, xe jeep của bác sĩ Vưu Nam Trân, hiện ở Hoa Kỳ.
(12)= Thiếu tá Thẩm phán Hồ Minh sau chết trong trại giam
(13)= bạn học em anh Ba thợ mã, người đã cắt dán cho 1 lá cờ giải phóng dán trước cửa nhà, ngụ ý nhà đã được quản lý, hạn chế cướp phá.
(14)= cháu LNHB sinh năm 1976.

NHẮN BẠN CAO NIÊN

chết rồi còn biết mẹ chi
còn chúc thanh thản ra đi nhẹ nhàng
xem chừng ta rất tàm xàm
lây nay đã chúc bạn vàng kiểu ni

lẩn thẩn nghĩ lại hơi kỳ
đào trong đầu, biết chữ gì thế đây?
sao bạn bè vẫn tháo giày
theo nhau lặng lẽ từng ngày xa ta

lòng già kết mãi vòng hoa
đã gần cạn kiệt thiết tha mất rồi
các bạn cao niên ta ơi
từ từ thong thả thảnh thơi tí nào

chờ ta vay mượn ca dao
để quan tài đóng bằng thơ thêm tình
hay là chịu khó giữ mình
nhường ta vào trước miếu đình hãy hay

mức chín mươi, đếm ngược ngày
chẳng lâu ta rã chùm mây phủ đầu
đừng phúng điếu, khỏi nguyện cầu
nửa giây ngó hết chiều sâu đất trời

chuyến đi sau cùng của đời
là chuyến đích thực thảnh thơi nhẹ nhàng
không tiền bạc không hành trang
nằm trên hương khói bình an vô cùng

10.22 sáng 29.5.2018

ĐƯỜNG THƠ

xưa Tôi mê mải làm thơ
chừ Ta đổ đốn phất phơ điệu vần
Tôi không thành được thi nhân
Ta đành làm thợ xây tâm dung đời

khởi đầu chỉ vớ vẩn chơi
tiếp theo mơ ước thành người hữu danh
lửng lơ trôi mãi không thành
bước thụt lùi lại tuổi xanh ngọc ngà

dù gì Tôi cũng thành Ta
sống giàu bè bạn hơn là tiếng tăm
bay vèo năm-mươi-hai năm
con đầu tay thở giữa lòng thi ca

bọn em chúng chen nhau ra
khen chê đủ ướp thơm da thịt tình
nội tâm chúng nặng nhân sinh
không khí thời thế chùng chình ăn theo

với em nữ sắc hơi nghèo
tình chưa đủ để em đeo trang hoàng
với người của cõi trần gian
mở chưa đủ hết những trang chân tình
với cỏ hoa thơm miếu đình
thiết tha trật nhịp chính quyền như không

câu thơ thở hít trong lòng
đem ra phơi nắng là mong tan vào
lòng người ấm áp ngọt ngào
xa chỗ nôi đặt nao nao chán dần
7.11AM- 23.10.2016

TRỞ LẠI TRÒ CHƠI CŨ, ĐẦU THUỞ THANH XUÂN

Luân Hoán
@

Xin nói ngay đây không phải là bài bạt. Chỉ là những dòng kể lại những gì từ ý định đến cái hoàn thành của một bản in. Cuốn Hạ Cánh Cửa Đời Ngộ Cái Tôi đã được chuẩn bị in vài lần trước đây, và mỗi lần như thế tôi lại gõ ít dòng đầu sách. Bài này là đoạn lượm lại khi gom thơ tới năm 2025. Nhớ thương công sức dại dột vui chơi của mình nên cho in cuối cuốn sách, xem như cái duyên có đầu có đuôi của một tác phẩm , khi nhìn chớp nhoáng tổng quát.

Tôi đang ở đầu tuổi tám tư, tám bốn. Tuổi cuối cùng của một đời người, giai đoạn này, không biết với riêng tôi sẽ dài được bao lâu. Thầm nghe tiếng nói, nhịp đi của cơ thể, cộng với tinh thần gìn giữ da thịt của cha mẹ cho, tôi đoán chừng, cao tay chỉ vài ba năm nữa, rất khó đến mức 90, cái tuổi thật tình tôi không muốn gặp, vì nhiều lẽ không nên kể ra.

Cảm tạ ơn đời cho tôi còn trí nhớ, còn biết buồn vui, nhất là biết than thở. Một sự hô hấp triền miên theo chân từng thời kỳ sống và gần như những người làm thơ, ai cũng có ít nhiều. Sự đồng cảm của người ngoại cuộc, tùy vào chân tướng, linh hồn của bài viết, nhưng oái oăm một điều, những người ruột thịt, thân cận cùng khí huyết lại ít ai ưa, nếu không muốn nói là chán ghét. Tôi vẫn cố gắng giữ tốt sự lạc quan kể từ thời 28 tuổi, cái thời chấm dứt được làm một người lành lặn, bình thường. Nhưng dù cố gắng bao nhiêu cũng thỉnh thoảng lòi ra những bi quan, bởi quá nhiều va chạm trong cuộc sống, lại không cho phép những nhức nhối buồn phiền lên tiếng.

Tôi còn một tập thơ vài trăm bài chưa in, nhưng đã đặt tên trước: "Hạ Cánh Cửa Đời, Ngộ Cái Tôi" . Một cái tên nhiều chữ theo thói quen. Bìa cũng đã tự trình bày với sự cho phép dùng tranh của họa sĩ tên tuổi Nguyễn Trọng Khôi.

Trước tập này vài năm, đã có lần tôi ngỡ mình sắp ra đi, nên cũng chơi sớm một tập tương tự, đó là một cuốn thơ dày cộm 568 trang, với tên gọi "Khói Cuối Nguồn Hương". Lê Hân, em tôi ra tiền in cho năm 2016. Thơ in ra chỉnh tề, đẹp đẽ. Nhưng hương cuối không tan, và đời vẫn còn ngún khói, tôi vẫn đi đứng sờ sờ, dù năm đó, khi sách vừa trình làng, tôi phải vào bệnh viện Fleury ở Montréal mất sáu ngày năm đêm, bởi cơ thể thiếu... muối. Nằm làm thơ chán đời để bác sĩ điều chỉnh các món ăn thích hợp, cần thiết. Đơn giản chỉ có vậy, nên tôi sống tiếp và dĩ nhiên viết tiếp.

"***Hạ Cánh Cửa Đời, Ngộ Cái Tôi***" do dự chưa in vì sợ hố một lần nữa. Đúng như vậy, nếu vội in năm 2023. Năm 2024, tôi còn chưa chết và vẫn lai rai vần vè. Làm chi cho hết thời giờ một ngày? Cái tay cứ thay cái miệng mà ba hoa. Chữ viết vẫn giúp người lười biếng nói, sống từng giây. Ý tưởng ra lời chậm hơn xuống bàn tay. Thơ, văn vần đụng đâu có đó, không dễ mà chẳng khó chi nhiều. Tôi lại tiên đoán, tôi sẽ chính thức ra đi khi đang viết thì gục xuống nhẹ nhàng.

Thơ tôi đi xuống với người đọc, hình như em tôi cũng muốn tôi ngừng lại. Nhưng với tôi, thơ tôi vẫn đi lên với một tiêu điểm khác, không cần màu mè hình thức. Tôi chỉ thạo sơ sơ 24 chữ cái Việt Nam, không biết gì thêm, nhưng trò ghép chữ thì liên miên không biết điểm dừng. Với tôi, không chừng khi tắt thở nửa chừng, bỗng dừng lại, nhỏm lên, viết thêm cái gì đó rồi mới chịu chết tiếp.

Hôm qua, ngày 05 tháng 02 năm 2025, tôi đã hớp tớp trương lên cái tên "Thơ Thời Than Thở". Tên một tập thơ sẽ có. Với bốn chữ T thấy cũng vui vui, nhưng nghĩ lại không xác thực với ý định mong muốn. Đêm nằm muộn. Thuốc ngủ chưa thấm, lòng không buồn không vui, nghĩ đến ngày mai không có gì làm. Thất nghiệp trong thất nghiệp, đã quen chán ngán nhưng vẫn nghĩ lung tung, và tôi gặp một danh xưng khá xứng với dự định cho nhúm thơ trong những ngày kế tiếp: "VỤN CHỮ CUỐI ĐỜI THƠ". Đọc nghe kêu ra phết. Số bài sẽ gom từ hai năm 2023, 2024, và những bài sẽ viết đến ngày xuôi tay. Hình thức, tôi dự định sẽ chép tay lưu giữ, nếu sau khi hỏi hai bạn Vũ Ngọc Hiến, hoặc Nguyễn Quốc Tường không thực hiện được bản in ngay tại Montréal.

Việc chép thơ, tôi từng thực hiện trước khi được người cha hiền bán bớt một phần đất cho in thơ. Đất ruộng riêng tôi đứng tên trên trích lục vẫn còn, nhưng nay thực sự đã mất hết. Nếu còn, tôi dám xin phép in thơ ở Hà Nội hoặc Sài Gòn cho có mùi đất gốc quê hương. Đà Nẵng thì thật tình chưa bao giờ tôi dám nghĩ tới.

Trở lại việc chép thơ, 70 năm trước đây, tôi thực hiện việc này như sau. Chữ tôi không đến nỗi như gà bới; đứng hay nghiêng đều có thần thái từ tay người biết viết (nói dóc là nói đùa khó cười, theo tôi). Để chép thơ, thường thường tôi chọn chữ đứng cho tên bài, chữ nghiêng cho nội dung. Thơ không thẩn. Thơ có chủ đề. Tôi sắp bài nằm trên những trang có kẽ dòng in sẵn, bìa cứng, mua từ quán sách Ngày Mai, hoặc trên những tờ giấy pelure mỏng nhiều màu, không dùng pelure fort. Tờ giấy mỏng được gấp đôi, với hai mép tờ giấy nằm bên trái để xỏ chỉ đóng làm gáy sách. Những tập thơ ấy mỏng mảnh khá nhiều tập, không rõ chừ chúng lưu lạc nơi đâu. Một vài o mới lớn gìn giữ giúp, nay nếu họ còn sống chắc cũng đã phi tang mất xác. Lưu dấu chỉ còn tập Điểm Trang Cho Vợ. Tiếc nhất là tập thơ tình chép tay sau thời bão chướng đổi đời.

Để chuẩn bị cho công trình vẽ chữ ra thơ lần này, tôi đã vừa mua hai cuốn vở khá bề thế, bìa dày, giấy kẻ dòng tại cửa tiệm Bureau En Gros thay vì loại gáy đóng hay sút ra, trong Dallarama ($1 et plus). Tôi không khoái kiểu viết Phụng múa Rồng bay, kiểu làm dáng thư họa. Tôi sẽ viết đơn giản bình thường, không viết nhanh, viết tháu, cốt để dễ đọc. Tóm lại, không biểu diễn hình thức như thời đầu thanh xuân. Nét bay bướm của người có tuổi nằm ở chỗ đề huề chững chạc. Tôi sẽ khởi sự chép thơ vào một ngày tùy hứng chưa định trước. Dĩ nhiên những bài này đã gõ trên màn hình và lưu vào ổ cứng, bởi trên hai mươi năm nay tôi quen gõ hơn là viết.

Bài viết luộm thuộm này thay bài thơ sớm hôm nay, có thể sẽ dùng như lời đầu sách. Nội dung có thể giàu những bài thở than trong thời kỳ gần như không còn bạn, không còn cả anh em ruột thịt hiểu mình. Không kể vợ con, bởi họ đã là một phần máu xương trong xác phàm nhúc nhích của tôi.

Thơ không ra thơ, văn không ra văn, vần vè cũng chưa hẳn, nhưng bản vẽ cuộc sống mỗi giờ, từng ngày có thể rờ được bằng mắt có tâm, không hẳn cần đồng cảm. Căn bản vẫn là việc làm mỗi ngày của tôi, song song với nhiều hơn tứ khoái. Trong đó, độc lạ là khoái uống thuốc... ngủ.

Lúc này, 7 giờ kém 5 sáng. Mang giày vô đi bộ trong nhà. Hơn một giờ sau, sẽ đọc chỉnh lại và dán nhờ Facebook, cất hộ. Cõi giải trí này rất ít thất lạc, lại dễ sửa đổi. Cảm ơn trang xã hội lành, cùng chủ nhân và những người điều hành, đã nới rộng diện tích đất chứa, dù người đọc không còn mấy ai, thậm chí không có mống nào, vẫn không thiếu hứng thú cho cuộc vui, vốn không để chơi, mà giúp cho một đời riêng còn được thở. Chuyện than chỉ người khác nhận ra, không ảnh hưởng.

Không cần phải cảm ơn ai, ngay cả em yêu quí

Tôi lẳng lặng cảm ơn tôi

Cảm ơn cái bàn, cái ghế, cái máy còm, ngọn đèn, bàn phím, con chuột... linh tinh nhiều thứ nữa chung quanh.

Luân Hoán

Ngày 06 tháng 02 năm 2025

www.ingramcontent.com/pod-product-compliance
Lightning Source LLC
LaVergne TN
LVHW100133061126
851857LV00010B/70
* 9 7 9 8 2 5 6 1 5 0 2 6 6 *